Selected Anecdotes of my Life

In trilingual

TUYỂN TẬP KÝ ỨC ĐỜI TÔI

Nguyễn Dương, M.D.

To my wife Bạch Hường

for all your lovely support

To my children:

Vân Hồng-Michael,

Phi Hồng,

Diễm Hồng-Brendon

&

my grandchildren:

Xuân Mai, Thu Lan,

Liam and Aiden

with my unconditioned love

"The palest ink is more reliable than the most powerful memory". Confucius (quoted by Heller McAlpin, 2013)

My family

CÙNG MỘT TÁC GIẢ:

1. Hà Nội tới Hoa Thịnh Đốn: Cuộc Hành Trình Kỳ Thú của Một Y Sĩ Việt Nam trên các Nẻo Đường Thế Giới. Library of Congress. LCCN: 2015435275.
   Nguyễn Dương, 1943-author.
   Main Title: Hanoi to Washington: the incredible journey of a Vietnamese physician around the World.
   ISBN: 9781467588287 1467588288 LC classification: E184.V53 N3455 2012.

2. Vietnam: the other side (challenging all odds). Library of Congress. LCCN: 2016480664. Nguyễn Dương, 1943-author. Amazon.com ISBN: 9781508607038 1508607036 LC classification: PS3614.G86 V54 2014.

3. Vòng Quanh Thế Giới Trong 19 Ngày (và du lịch các nơi khác). Amazon.com ISBN: 1519690126/ISBN: 9781519690128.

"This eloquent account of the Vietnamese experience in our time deserves to be widely read and appreciated. Duong Nguyen has lived a consequential life that spans two cultures. Here he tells his story."

Dr. Andrew Bacevich, Boston University Professor Emeritus, author of America's War for the Greater Middle East.

Xin giới thiệu
quyển sách mới

VIETNAM: THE OTHER SIDE (CHALLENGING ALL ODDS)

BS Nguyễn Dương, Y Khoa Saigon 1962-1969, rất nổi tiếng không những trong giới Y Nha Dược mà còn trong cộng đồng Việt Nam khắp thế giới

Năm 2013, bác sĩ Nguyễn Vi Sơn đã viết:

"Anh Nguyễn Dương là người Việt Nam đầu tiên đạt tới hàng Đại Tá Chỉ Huy Trưởng trong Quân Đội Hoa Kỳ, anh đã về hưu trong cương vị này đã hơn 20 năm rồi. Cái đáng nói về sự nghiệp của bác sĩ Nguyễn Dương không chỉ vì anh đã đạt được cấp cao trong thời gian rất ngắn (có thể gọi là kỷ lục) trong Quân Đội Hoa Kỳ, mà nhờ tài ba lãnh đạo của anh, anh đã được bổ nhiệm vào những chức vụ rất quan trọng trong Quân Lực Hoa Kỳ.

Anh là chỉ huy trưởng quân y Chiến Dịch Desert Storm khi Quân Đội Hoa Kỳ đại phá quân Iraq của Saddam Hussein ở Kuwait. Sau Desert Storm, Đại tá Nguyễn Dương về làm chỉ huy trưởng Quân Y vùng Bắc California và tiểu bang Nevada. Sau đó anh về làm chỉ huy trưởng bệnh xá ở Fort Myer, Washington DC. Fort Myer là chỗ trú đóng của lữ đoàn có nhiệm vụ bảo vệ Tổng Thống Phủ (Toà Bạch Ốc) tương đương với Liên Binh Phòng Vệ Tổng Thống Phủ thời VNCH.

Đặt Vòng hoa trước đài Tưởng Niệm Chiến Sĩ Vô Danh ở Nghĩa Trang Quốc gia Arlington là một vinh dự chỉ dành cho Tổng Thống Mỹ, các vị Nguyên thủ quốc gia viếng thăm, hoặc hàng tướng lãnh cao cấp nhất trong Quân Lực Mỹ. Nhờ những thành đạt của anh trên đường phục vụ, anh Nguyễn Dương là hàng sĩ quan cấp Đại Tá Mỹ hiếm có được ban cho vinh dự đặc biệt này. Theo chúng tôi được biết, cho tới nay, hơn 20 năm sau, anh Đại tá Nguyễn Dương vẫn là người Việt Nam duy nhất đã được Quân Lực Hoa Kỳ dành cho vinh dự này."

Khi còn là sinh viên y khoa, ông là top 20 của lớp. (Tôi biết,vì tôi học cùng lớp với ông)

Tị nạn sang Mỹ, ông lấy lại MD dễ dàng, Board certified in Family Medicine, còn thêm MPH, The Johns Hopkins University. Chưa hết, ông còn có Board Certified in Preventive Medicine Public Health. Hầu hết ai cũng biết ông qua chức vụ Y Sĩ Trưởng Sư Đoàn 1 Thiết Giáp Hoa Kỳ, Chiến Dịch Desert Shield-Desert Storm. Ông đã cống hiến khả năng xuất sắc, đa hiệu của mình không những cho y tế Việt Nam trước 75, Y tế Hoa Kỳ, nhứt là cống hiến rất nhiều trong y khoa phòng ngừa.

Không những chỉ tận tụy phục vụ con người bằng khả năng y khoa, ưu tư, khắc khoải về thời thế chiến tranh trên quê hương Việt Nam ông đã viết lại trong quyển: "Vietnam: The Other Side (Challenge All Odds)

Tại sao lại "tung" cuốn sách này? Sách này đã được xuất bản tháng 2-2015 với mục đích là để cho dân chúng Hoa kỳ đọc để hiểu chiến tranh Việt nam nhìn qua lăng kính một người Việt nam phía bên kia (không phải là Cộng sản). Cũng chỉ vì gần đây khi đi nghe một buổi ra mắt sách viết bằng tiếng Mỹ do một tác giả Người Mỹ gốc Việt thì cô ta nói là phần nhiều sách báo Mỹ nghiêng về phía phản chiến và khinh tinh thần chiến đấu của Quân Lực Việt Nam Cộng Hòa và nói khích là không có sách bằng tiếng Mỹ nói về chiến tranh Việt nam do người Mỹ gốc Việt. Vì thế tác giả mới muốn "tung" sách này ra trong cộng đồng VN cho biết là đã có nỗ lực đó rồi.

Cuốn truyện fiction mở đầu bằng thất bại trận Điện Biên Phủ nên cậu bé Đang tuy sinh trưởng ở một gia đình gia giáo sung túc nhưng phải di cư vào Nam. Thân sinh cậu ta tuy phải lập lại đời sống ở một nơi mới lạ với điều kiện eo hẹp và phải nuôi nấng một bầy con đông đảo nhưng cũng chắt chiu cần kiệm cho cậu ta được học trường "Tây" Chasseloup Laubat sau đổi thành Jean Jacques Rousseau.

Sau khi đậu Baccalaureat cậu ta vào học Y khoa, trong lúc học tập Y khoa cậu sinh viên trẻ này gặp một cô bác sĩ Hoa kỳ tình nguyện trong Peace Corps tới giảng dạy cho các sinh viên y khoa học nghề. Mơ mộng yêu đương được chớm nở nhưng nếu kể tiếp ra đây thì các độc giả sẽ mất hứng thú khi đọc sách để khám phá éo le.

Xã hội VN lúc đó cũng trải qua một cuộc bể dâu thay đổi to lớn khi quân đội Mỹ ào ạt tới đem văn hoá Tây

phương cùng sự giàu có giả mạo làm biết bao đời sống trung bình của dân chúng Nam VN bị đảo lộn.

Cậu sinh viên này cũng chứng kiến sự tàn ác của Việt cộng trong vụ Tết Mậu Thân. Trong khi đi thi hành quân y sau khi ra trường cậu bác sĩ trẻ này chứng kiến đến sự mất nước dưới tay cộng quân, không phải vì Quân lực VNCH không chiến đấu thắng được mà vì vừa bị trói tay không cho đánh lại còn không được yểm trợ súng ống xe tăng dồi dào như cộng quân được thả cửa tiếp tế bởi Tàu cộng và Nga sô.

Chuyện sẽ đến thì phải đến, miền Nam VN bị rơi vào tay cộng sản, chàng bác sĩ này cũng phải đi học tập khổ sở. Chịu không nổi cảnh áp bức dã man của chính quyền cộng sản, chàng ta phải kiếm cách trốn đi qua bao nhiêu gian truân đầy ải vượt biển, vượt biên, đương đầu với giặc biển Thái lần cảnh sát biển phòng Mã lai và Thái lan, rồi sống chật vật lo sợ trong các trại tỵ nạn thiếu thốn tiện nghi và an ninh. Cuối cùng chàng ta cũng sang được phía Tự do và từ từ thành công trong đầy nước mắt.

Truyện này các bạn không ít thì nhiều đã được chứng kiến hay được nghe hay xem thấy rồi. Nhưng là vì viết bằng tiếng Anh nên tác giả hy vọng phát triển 2 điểm:

1- Để góp vào phần "giải độc" dư luận Mỹ là Quân lực VNCH không hèn kém như phần nhiều các sách báo Hoa kỳ đăng.

2- Xa hơn nữa là các bạn nên có cuốn sách này không phải là để cho các bạn nhưng để các bạn có tài liệu cho con cháu chắt các bạn đọc để tìm hiểu chiến tranh Việt nam khi các bạn đã đi mất.

– Vietnam: The Other Side by DuongNguyen
Posted on September 7, 2015 by vvaposted

Sách có bán tại các nhà sách hoặc qua Amazon US $23.00

Quyển sách khác của BS Nguyễn Dương là: "Hà Nội tới Hoa Thịnh Đốn", "Cuộc Hành Trình Kỳ Thú của Một Y Sĩ Việt Nam Trên Các Nẻo Đường Thế Giới". Tác giả xuất bản năm 2013.

Xin trân trọng giới thiệu cùng quí độc giả.
BS Nguyễn Tường Vân
Y Khoa Saigon 1962-1969

Since the communist takeover of South Vietnam on April 30, 1975, many writers have produced books about various aspects of the Vietnam War. Duong Nguyen — a medical doctor who fled his homeland in 1975 and lives in the United States — presents a unique, first-hand account of a country in transition in Vietnam: The Other Side, Challenging All Odds (CreateSpace Independent Publishing, 218 pp., $23, paper). This autobiographical novel is told through the coming-of-age eyes of a child and his prosperous Hanoi family disrupted by the division of their country after the defeat of the French at Dien Bien Phu in 1954.

Uprooted from their spacious and opulently furnished home, the family hastily boards a flight to Saigon, never to return. Attempting to minimize the trauma, the main character Dang's parents enroll him in a prestigious French school in which Vietnamese is considered a foreign language and the history curriculum emphasizes all things French. Dang relies on news reports on the war as it intensifies after 1964 with the American involvement.

Dang has some difficulty adjusting to his southern neighbors and is teased about his accent, but this criticism later subsides.

The culture in Saigon is corrupted by the arrival of Americans and their PXs and the black market and everyone's desire for consumer goods. Many families resort to prostitution and profiteering just to survive. Amid this "westernized" Saigon atmosphere Dang completes high school and passes his medical school admissions exam even though his first choice is to be a pilot.

When his first year of medical school is completed he decides to commit to the Army of the Republic of Vietnam so that his tuition would be paid. In his fifth year of medical school Dang meets his first love, a Peace Corps physician named Mary. To reveal the outcome would spoil the book for readers.

Soon after the 1968 Tet Offensive Dang graduates as a physician and is assigned to the 9th ARVN Infantry in IV Corps area in the relatively quiet Mekong Delta near Vinh Binh. "Rats ran unmolested everywhere with no fear of man and the food supplies were usually contaminated with rodent droppings," Duong Nguyen writes. "Insects of various sorts were ubiquitous and tended to be ignored. This was kind of a cold shower for Dang, who was reared in comfortable urban and modern life."

Finishing two years of combat duty Dang is transferred to the Air Force at Phan Rang just prior to what he describes as the "debacle." Dang witnesses the sudden and final collapse of The Republic of South Vietnam.

Dang joins many former ARVN troops and South Vietnamese government officials in communist re-education camps after he decides to register with the local police station. He tells his family, " I will be back in a couple of days." But he is held for three years. When released he is relatively healthy but extremely underweight.

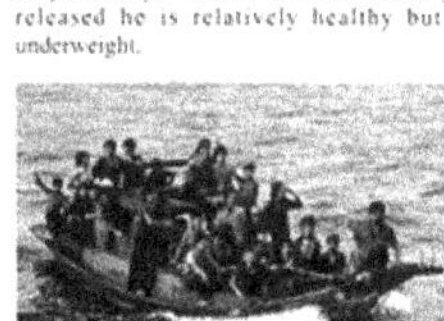
Vietnamese fleeing the country in the late seventies

A few days under the oppressive regime is all it takes for Dang to begin planning his escape. "His parents were too old and could not make such a trip. His sisters were all married and living with their husbands' families. His brothers were in prison, so there was only himself to worry about."

This begins the novel's most action-packed and suspenseful section, the page-turning conclusion. The reader will be taken back to the days of the Vietnamese "Boat People," a situation that is sadly similar to the plight of refugees in Europe today.

The author, Duong Nguyen, enlisted in the U.S. Army after migrating to this country, and commanded two medical units and was Division Surgeon of the 1st Armored Division during the first Persian Gulf War.

– Curt Nelson
Posted in Fiction, Novel, Paperback, Vietnam War themed novel | Tagged Dien Bien Phu, Duong Nguyen, The Other Side, The Other Side Challenging All Odds, Vietnam War, Vietnam War themed novel, Vietnam The Other Side

LỜI MỞ ĐẦU

Viết đi! Viết đi! Có vài bạn của tôi cứ thúc dục tôi viết đi khi nghe tôi kể những chuyện mà tôi cho là "đặc biệt" đã xảy ra trong đời tôi. Bạn người Mỹ cũng vậy. Tôi thì nghĩ là muốn viết nhưng có ai đọc đâu hay là những lời khuyến khích viết chỉ là đầu môi xã giao cho dzui mà thôi. Như theo ông bạn vàng của tôi, BS TNT, thì ông ta đã nhận xét là khi nhận được một điện thư của bạn bè có quen biết thì đọc thật sự 80%, còn 20% thì lướt qua. Còn email lạ hoặc không biết người gửi thì gần như 90 % được cho vào thùng rác ngay. Đó chỉ là email chứ còn sách thì chỉ số % lại càng ít hơn nữa. Và nếu độc giả phải mua sách mà đọc thì ôi thôi viết ra mà "những điều trông thấy mà đau đớn lòng" (*Nguyễn Du*).

Nhưng:

> "The vitality of thought is in adventure. Ideas won't keep.
> Something must be done with them."
> *Alfred North Whitehead*

Và: viết (và in sách) sẽ chiếm rất nhiều thì giờ thực hiện như vậy mong rằng sẽ cản trở làm chậm trễ cuộc viếng thăm của ông Alzheimer.

Đành viết vậy!

Sách này có bài viết bằng tiếng Pháp và có bài viết bằng tiếng Mỹ:

Vốn là dân trường Tây hồi Tiểu/Trung học phải đứng khoanh tay trước các giáo sư thuộc địa Pháp và đọc là "Nos Ancêtres Sont des Gaulois" (tổ tiên chúng ta là người Gaulois) nên tôi không tránh được phải viết bằng tiếng Pháp (như trong bài "Mon Tour de France") cho các ông Tây con gốc Việt bên Pháp đọc vì họ đã dần dần "quên" hay "làm biếng" đọc tiếng Việt rồi.

Còn chuyện viết bằng tiếng Mỹ thì là một chuyện khác. Đó là sau khi được đọc bài của văn hữu NTT Dương ("Bố Muốn Về Nhà") tôi ngẫm nghĩ thấm thía ra nên dịch ra tiếng Mỹ (I Want to Go Home) cho các con cháu họ hàng của tôi bị bệnh không tránh được là ở Mỹ quá lâu hơn xa thời gian ở Việt Nam lại thường tiếp xúc trong trường học hay ngoài đời hàng ngày với các Mỹ lớn hay Mỹ con nên tôi đành phải dịch ra tiếng Mỹ rồi nhân tiện gửi cho các Mỹ gộc đọc xem chơi.

Cảm nghĩ riêng về bài "Mon Tour de France" tôi thấy ân hận là tuy là gốc Việt đặc chính cống nhưng lại không có dịp đi chu du tất cả các miền Nam Trung Bắc của nước Việt Nam ta nơi "chôn nhau, cắt rốn" và nhất là cũng đã viếng thăm 49 tiểu bang Mỹ trong số 50 tiểu bang nơi quê hương thứ hai của tôi. Đau lòng là câu ca dao"Đi cho biết đó biết đây, ở nhà với Mẹ biết ngày nào khôn?" mà không được áp dụng vào đất nước tổ tiên của tôi.

Nguyễn Dương, M.D.

*****

Introduction

Write! Write! Some of my friends asked me to write when they heard me recite stories that I think are remarkable events in my life. My American friends asked me the same. But I think that I like to write but nobody will read and the encouragements of my friends are just to make me happy or to for the sake of superficial conversation. According to my trusted friend, Dr. TNT, he commented that when he received emails from someone he knows, he is will read 80%, and he passes the remaining 20%. If the email is anonymous, it is almost 100% likely he put directly into the trash. That's just for emails; for books the percentage of reading is even lower. And if you have to buy a book to read, it will be almost nil which it will hurt the most.

However, "The vitality of thought is in adventure. Ideas won't keep.
Something must be done with them."
- *Alfred North Whitehead*.

And if writing (writing books) will occupy a lot of time, then implementing it with the hope that it will slow the visit of Mr. Alzheimer.

So I have to write.

This book is written in French and also written in English: As a student of in French junior and high schools, facing French teachers and being told that our ancestors are the Gauls, I could not avoid having to write in French (as in the essay "Mon Tour de France") to my friends in France who forgot their Vietnamese roots or who had gradually forgotten or neglected the Vietnamese language.

Writing in English is another story. After reading the works of the author NTT Duong ("I Want to Go Home"), I pondered deeply and realized that it is worth it to translate into English for my children and grandchildren, who unfortunately are not fluent in Vietnamese due to being in America for too long, longer than the time in Vietnam where they were exposed. And on the plus side my American friends can read it also.

Personally, regarding the essay "My Tour de France," I found regretful because, despite being of Vietnamese origin, I could not make a tour of my ancestral Vietnam although I visited 49 states out of the 50 states in my second homeland. It is heartbreaking!

Nguyen Duong, M.D.

Thân Tặng Bạn

Thủ-khoa 16 Quân-Y
Trôi theo vận nước, mà di-tản, buồn !
Không-Quân: truyền- thống hào-hùng
Y-sĩ vùng Vịnh, cứu thương, cứu người
Bác-sĩ Mỹ & Việt cứu đời
Chạnh lòng quê cũ, cuối đời có vui ?

Đồng Quang Ngọc

Vài Cảm Nghĩ Của Người Đọc

Hân hạnh được đọc qua bản thảo Tuyển Tập Ký Ức Đời Tôi của Y sĩ Đại tá Nguyễn Dương, tôi thật ngạc nhiên và thích thú khi thấy ông xuất thân từ chương trình Pháp mà có thể viết chữ Việt một cách dễ dàng, thoải mái, không dùng những từ ngữ hoa mỹ. Nói chung, lối hành văn của ông trong sáng.

Tuyển Tập Ký Ức Đời Tôi ghi lại một số biến cố điển hình trong cuộc sống của ông với nhiều hình ảnh kỷ niệm để chia sẻ với người thân, đồng thời lưu lại cho con cháu ông những vết chân ông đã đi qua.

Ước vọng thời niên thiếu của ông là gia nhập không quân sau khi tốt nghiệp trung học để trở thành một phi công, tự do như chim bay lượn giữa không gian, đùa vui với mây và gió. Nhưng, định mệnh đã đưa đẩy ông trở nên một sinh viên y khoa, và rồi một quân y sĩ mang tài năng và tình nhân ái phục vụ thương bệnh binh VNCH và gia đình họ.

Do biến chuyển của thời cuộc, Bác sĩ Nguyễn Dương là một trong số rất ít ỏi người Việt Nam đã phục vụ cả hai quân đội Việt và Mỹ. Ông cũng là Y sĩ Đại tá người Mỹ gốc Việt Chỉ Huy trưởng đầu tiên và duy nhất, giữ nhiều chức vụ quan trọng trong ngành Quân Y, Quân đội Mỹ. Trong màu áo chiến binh với phù hiệu con rắn của ngành Y trên ngực áo, ông can đảm vào ra chiến trường, mang theo tôn chỉ "Tổ quốc, Danh dự, Trách nhiệm," dù là tại Vùng IV chiến thuật Việt Nam Cộng Hòa trước ngày 30 tháng 4, 1975, hay là tại Iraq trong chiến Dịch Bão Khiên, Bão Cát sa mạc, 1991.

Đời binh nghiệp của ông tạm thời ngừng lại vào năm 1999 khi ông được nghỉ hưu. Thế nhưng, ngày 9 tháng 11 năm 2001, trong lúc đang chăm sóc bệnh nhân tại bệnh viện thì loa phóng thanh thông báo Ngũ Giác Đài vừa bị tấn công khủng bố bằng máy bay tự sát. Ông lập tức lao nhanh ra khỏi bệnh viện và chạy bộ qua Ngũ Giác Đài để cấp cứu những nạn nhân tại đó.

Ông cũng là Y sĩ Đại tá người Mỹ gốc Việt đầu tiên và duy nhất được hân hạnh duyệt binh Lữ Đoàn Old Guard[1] (tương đương với Lực Lượng Liên Binh Phòng Vệ Tổng Thống Phủ VNCH) sau khi đã về hưu.

---

[1] *Xem hình bìa sau*

Qua Tuyển Tập Ký Ức Đời Tôi, người đọc dễ dàng nhìn thấy tính nghiêm túc của ông trong tình yêu tổ quốc và gia đình, tình thày trò, tinh thần học hỏi, tìm tòi qua những cuộc hành quân cũng như qua những chuyến du lịch đó đây. Người đọc cũng cảm nhận được những ưu tư, nhức nhối khi nói đến một vài trường hợp muốn tìm gặp lại bạn cũ, những thực giả của con người, óc hài hước cũng như những khuôn mẫu dùng làm kim chỉ nam cho cuộc sống của ông.

Tóm lại, Tuyển Tập viết về một cuộc đời thực một cách trung thực như nhận xét của Đại tá hồi hưu Andrew Bacevich, Giáo sư tại Boston Uiversity và tác giả cuốn Cuộc chiến của Mỹ tại Trung Đông : "Bản tường thuật hùng hồn về kinh nghiệm Việt Nam trong thời đại chúng ta xứng đáng được đọc và đánh giá cao. Nguyễn Dương đã sống một cuộc đời trải dài qua hai nền văn hóa. Tại đây, ông kể câu chuyện của mình."[2]

Trương Ngọc Thạch

---

[2] *"This eloquent account of the Vietnamese experience in our time deserves to be widely read and appreciated. Duong Nguyen has lived a consequential life that spans two cultures. Here he tells his story."*
Dr. Andrew Bacevich, Boston University Professor Emeritus, author of America's War for the Greater Middle East.

Đôi Dòng Giới Thiệu

Tôi có cái hân hạnh được Bác Sĩ Nguyễn Dương coi như một người bạn thân, mặc dù ông là huynh trưởng của tôi trong trường Y.

Bác Sĩ Nguyễn Dương tốt nghiệp Y Khoa Sài Gòn năm 1969, và là Thủ Khoa khóa 16 Quân Y Hiện Dịch Quân Đội Việt Nam Cộng Hoà. Ông lần lượt giữ chức vụ Trung Uý Y Sĩ Trưởng Trung Đoàn 14, Sư Đoàn 9 Bộ Binh; Trung Uý Y Sĩ Trưởng Bệnh Xá Quân Y và Trưởng Khối Quân Y Không Quân Phan Rang; Đại Uý Y Sĩ Trưởng Khu Thần Kinh Tâm Trí đầu tiên và duy nhất tại Trung Tâm Y Khoa Không Quân Tân Sơn Nhất, Sài Gòn.

Sau khi Miền Nam Việt Nam rơi vào tay Cộng Sản Bắc Việt, ông cùng gia đình định cư ở Hoa Kỳ. Tại đây ông tiếp tục binh nghiệp trong quân đội Hoa Kỳ, và lần lượt giữ những chức vụ quan trọng: Thiếu Tá Y Sĩ Trưởng Khối Chuyên Môn kiêm Chỉ Huy Phó Bệnh Xá Quân Y Kirk Aberdeen Proving Ground, Maryland; Trung Tá Y Sĩ Trưởng Sư Đoàn 1 Thiết Giáp Hoa Kỳ; Đại Tá Y Sĩ Chỉ Huy Trưởng Quân Y Lục Quân California và Nevada; Y Sĩ Chỉ Huy Trưởng Bệnh Xá A. Rader Clinic, Fort Myer, Virginia.

Ông từng là một Thiếu Tá Y Sĩ Phi Hành, một Đại Tá Y Sĩ Chỉ Huy Trưởng người Mỹ gốc Việt đầu tiên trong quân đội Hoa Kỳ. Ông cũng là Y Sĩ Mỹ gốc Việt đầu tiên và duy nhất tham gia chiến tranh vùng Vịnh năm 1991, chiến dịch Bão Khiên/ Bão Cát Sa Mạc với tư cách Trung Tá Y Sĩ Trưởng Sư Đoàn 1 Thiết Giáp Hoa Kỳ.

Với những chức vụ, nhiệm vụ và thành quả quan trọng trong đời binh nghiệp của ông, Đại Tá Nguyễn Dương đã được vinh dự là người Mỹ gốc Việt đầu tiên đặt vòng hoa tại Đài Chiến Sĩ Tử Vong Arlington và duyệt binh Old Guard ở Fort Myer, Virginia trong Buổi Lễ Hưu Trí. Ngoài ra trong biến cố 09/11/2001, Đại Tá Y Sĩ Nguyễn Dương đã được giao phó trọng trách Toán Trưởng Toán Cấp Cứu Đầu Tiên (Yellow Team First Responders) tại Ngũ Giác Đài.

Bác Sĩ Nguyễn Dương thông thạo ba ngôn ngữ, Việt, Pháp và Anh. Mặc dù ông theo chương trình Trung Học Pháp, khả năng Việt Ngữ của ông rất nhuần nhuyễn. Ông đã viết khá nhiều bài phiếm luận, phóng sự và tự sự bằng tiếng Việt. Một số bài khác ông viết bằng Anh và Pháp Ngữ. Nhiều bài viết của ông rất đặc biệt nhờ ông đã có cái may mắn được đi đây, đi đó thật nhiều trong suốt cuộc đời, và có nhiều dịp tham dự những sự kiện độc đáo mà ít ai trong chúng ta biết tới.

Những trải nghiệm và những suy nghiệm đó đã được ông ghi lại trong TUYỂN TẬP KÝ ỨC ĐỜI TÔI (SELECTED ANECDOTES OF MY LIFE IN TRILINGUAL) quý bạn đang cầm trong tay. Những bài viết này được trình bầy chi tiết mà gọn ghẽ, với một giọng văn lúc nghiêm trang, lúc dí dỏm, tạo sự lôi cuốn, thích thú cho người đọc.

Một số bài như Đi Tìm Chỗ Trú Ẩn Của Các Thượng Nghị Sĩ Và Dân Biểu Quốc Hôi Hoa Kỳ; Đi Vào Thế Giới The Hamptons; Đi Vào Thế Giới Trưởng Giả Trong Lúc Giao Thừa (Anguilla)… cho chúng ta thấy những điều mà có lẽ chúng ta không bao giờ biết tới nếu không có cơ duyên trải nghiệm.

Một số bài khác như Tình Bạn Bốn Mươi Năm Sau; Luyến Tiếc; Phiếm Luận Cái Sợ; Phiếm Luận Hà Đông Sư Tử Rống… cho thấy cái nhân sinh quan phóng khoáng của tác giả qua những đoạn văn nhẹ nhàng, điểm chút hài hước.

Những bài viết bằng Pháp và Anh Ngữ mở ra những chi tiết cuộc đời tác giả từ tuổi thiếu niên đến lúc tốt nghiệp Y Khoa (Mémoires De Ma Jeunesse) trong bối cảnh lịch sử nước nhà trước năm 1954 đến năm 1975, hay phơi bầy hiện trạng nước Việt Nam Cộng Sản một cách đầy đủ và trung thực qua những lời nhắn nhủ con cháu (Our Escape From VietNam April 1975, From Our Heart To Our Children) …

Tất cả những bài viết trong tập sách, theo tôi, đều được viết với tất cả tấm lòng của một con người nhậy cảm, tận tụy với công việc, yêu gia đình, tổ quốc, từng trải và đã rất thành công cũng như thành danh trong cuộc sống.

Với những thành quả đã đạt được của một người văn, võ kiêm toàn, Bác Sĩ Nguyễn Dương xứng đáng là một tấm gương sáng và niềm hãnh diện của Cộng Đồng Người Việt Hải Ngoại.

Mời quý bạn cùng bước vào khu vườn ký ức của Bác Sĩ Nguyễn Dương để cùng đồng cảm với ông.

Mùi Quý Bồng

04/01/2024

TIỂU SỬ

- Thủ khoa khóa 16 Quân Y Sĩ Hiện Dịch Việt Nam Cộng Hoà (VNCH).
- Trung Úy Y Sĩ Trưởng Trung Đoàn 14, Sư Đoàn 9 Bộ Binh (VNCH).
- Trung Úy Y Sĩ Trưởng Khối Quân Y Không Quân Phan Rang (VNCH).
- Đại Úy Y Sĩ Trưởng Khu Thần Kinh Tâm Trí tại Trung Tâm Y Khoa Không Quân Tân Sơn Nhất, Saigon (VNCH).
- Thiếu Tá Y Sĩ Trưởng khối Chuyên Môn kiêm Chỉ huy Phó Bệnh xá Quân Y Kirk Army Health Clinic, Aberdeen Proving Ground, Maryland.
- Thiếu Tá Y sĩ Phi Hành Mỹ gốc Việt đầu tiên.
- Trung Tá Phó Trưởng Khoá Chỉ Huy và Tham Mưu Cao Cấp Lục Quân Mỹ, Khóa 1988-1989 tại Fort Leavenworth, Kansas.
- Trung Tá Y Sĩ Trưởng Sư Đoàn 1 Thiết Giáp Mỹ, tham gia chiến tranh vùng Vịnh, 1991, chiến dịch Bão Khiên/Bão Cát sa mạc.
- Đại Tá Y Sĩ Chỉ Huy Trưởng Quân Y: Y Sĩ Chỉ Huy Trưởng Quân Y Lục Quân California và Nevada, Y Sĩ Chỉ Huy Trưởng Bệnh Xá A. Rader Clinic, Fort Myer, Virginia.
- Đặt vòng hoa Đài Chiến Sĩ Vô Danh Tử Vong Arlington.
- Duyệt binh Old Guard (Fort Myer, VA) nhân dịp Lễ về Hưu.
- Toán Trưởng Yellow Team Cấp Cứu đầu tiên (First responders) tại Ngũ Giác Đài 9/11/2001.

*****

BIOGRAPHY

- Valedictorian Medical Corps Class of 1962-1969 ARVN (Army of the Republic of Vietnam).
- Brigade Surgeon, 14th Brigade, 9th Infantry Division, ARVN.
- Commander of the Medical Service Department at Phan Rang Air Force Base Clinic (Vietnam).
- Chief, Mental Health and Psychiatric service at Air Force Medical Center in Tan Son Nhat, Saigon, (Vietnam).
- Deputy Commander and Chief Professional Service at Kirk Army Health Clinic, US Army, Aberdeen Proving Ground, Aberdeen, Maryland.
- US Army Flight Surgeon, Fort Rucker, Alabama.
- Vice President Command and General Staff College, Class of 1988-1989, Fort Leavenworth, Kansas.
- Division Surgeon, 1st Armored Division, USA, participated in Desert Shield/Desert Storm (Saudi Arabia, Iraq, Kuwait). (as first and only Vietnamese American Lieutenant Colonel in that position)
- Colonel, USA, Commander of 2 US Army units (California Medical Detachment providing medical service to California and Nevada military service members, Monterey, California and Andrew Rader US Army Health Clinic, Fort Myer, Virginia).
- Wreath Laying at the Tomb of the Unknown Soldier at Arlington National Cemetery, Virginia. (as first and only Vietnamese American Colonel).
- As first and only Vietnamese American Colonel to Pass in Review of the Old Guard, Fort Myer, Virginia at his Retirement Ceremony.
- Senior Surgeon of the Yellow Team of the First Responders at the Pentagon during the 9/11/2001 attack on the Pentagon.

*****

Với con gái Vân Hồng ở Sàigòn – Báo Newsweek 1970

VIET-NAM YMCA

YMCA VIETNAM

HỘI CƠ-ĐỐC THANH-NIÊN VIỆT-NAM

THE YOUNG MEN'S CHRISTIAN ASSOCIATION OF VIETNAM

THẺ HỘI-VIÊN
MEMBERSHIP CARD

Số
No.

Họ và Tên: NGUYÊN DƯƠNG
Name

Địa-chỉ: 36 Cư xá Tự-Do, Saigon.
Address

Chức-nghiệp: Doctor
Occupation

là Hội-viên Actif
is a member

của YMCA VIETNAM.
of

TỔNG THƯ-KÝ:
General Secretary

Có giá-trị đến: 30.12.1971
Valid until

Y sĩ Trưởng Khối Quân Y Không Quân Phan Rang (1971)

Y sĩ Đại úy (1973) – QLVNCH

Class Leadership

LTC Duong Nguyen (Vice President), LTC Timothy A. Ingram III (President), MAJ William R. Bynum (Athletic Direct

Section Leaders

Phó Trưởng Khoá Chỉ Huy và Tham Mưu Cao Cấp,

Fort Leavenworth, Kansas (1988-1989)

Y Sĩ Phi hành (12/1981) – US Army

Y Sĩ Đại Tá - US Army (1992)

Lễ Chuyển nhiệm chức Y sĩ Trưởng Quân Y California và Nevada (1997)

Lễ nhiệm Chức Chỉ Huy Trưởng Bệnh Xá A. Rader, Fort Myer, Virginia với phu nhân Bạch Hường, Đại Tướng R. Griffith, con gái Diễm Hồng và con trai Phi Hồng (1997)

Lễ đặt vòng hoa Mộ Chiến sĩ Vô Danh ở Nghĩa Trang Quốc Gia Arlington, Virginia (1999)

https://images.app.goo.gl/o3rzoEqqqBZ8qzYR7

Đặt vòng hoa - Wreath laying ceremony

Tình Bạn Bốn Mươi Năm Sau

"Bức tranh vân cẩu vẽ người tang thương" (Cung oán ngâm khúc)

Trước hết định nghĩa chữ bạn rất rộng, bạn một đằng có thể là một người rất thân thiết, có liên hệ hai chiều cùng một sở thích thân mật như bạn đời, bạn cố tri, bạn tri kỷ. Ngược lại hay đằng khác bạn là một người bằng hữu như bạn trong sở làm, bạn học, bạn đồng hành, bạn đồng đội, bạn văn nghệ v.v... Có một loại bạn khác tuy gọi là bạn nhưng là bạn giai đoạn, bạn chính trị, chiến thuật, chiến lược, bề ngoài thì cười đùa rất thân thiện nhưng trong bụng thì dấu gươm dao gầm ghì nhau có thể thanh toán lẫn nhau khi không còn lợi lộc, hay hẹp hơn là bạn cờ bạc cùng trong một sòng bài như xì phé sát phạt lẫn nhau. Còn một loại bạn khác là khi giàu sang có chức tước thì có thiếu gì kẻ tự nhận là bạn hay ngược lại khi khốn khổ thì bạn bè trốn mất như trong câu latin:

"Donec eris felix, multos numerabis amicos

Tempora si fuerint nubila, solus eris"

Nhớ thuở nào khi mới mất nước, người Việt ta khi gặp nhau trên đất Mỹ xa lạ này thì rất lấy làm vui mừng. Tuy chỉ là bạn cùng học chung một trường biết nhau sơ qua gặp lại được là rất sung sướng, tíu tít gợi chuyện ngày xưa hay chuyện trốn thoát khỏi Việt nam mà hàn huyên. Còn thân biết hơn một tí là mời tới nhà, vồn vã mời ăn uống lẫn mời ngủ lại. Nhà xập xệ không sao, thiếu chỗ ngủ không thành vấn đề, bao bố ngủ giải quyết dễ dàng, ăn uống vài con tôm, bát phở hay vài ngọn rau chia nhau bát cơm ăn rất là đầm ấm thắm thiết, dùng đĩa bát ly bằng plastic cũng xuề xòa vui vẻ.

Nhiều khi lái xe tới một tỉnh hay tiểu bang khác, ghé lại không biết đường lối thì mở quyển điện thoại kiếm các tên có họ Nguyễn, Lê, Trần, Phạm v.v... là thường được chỉ tới chỗ nào có bán phở, cơm Việt nam hay chợ Á đông, người Việt lúc đó rất dễ dàng thật tình chỉ bảo lẫn nhau.

Hơn bốn mươi năm sau, vạn vật thay đổi thì tình bạn cũng thay đổi. Lái xe tới một tỉnh là trước hết là bạn quen phần đông giấu số điện thoại, còn người lạ thì rất dè dặt không muốn chỉ lại hỏi tại sao gọi họ. Nếu còn liên lạc được bạn hơi thân ngày trước thì khác với lúc trước rất vồn vã mời gặp nhau, nay thì trở mặt khi gọi qua điện thoại thì có vẻ lơ là tuy rằng trong thâm tâm người bạn ghé thăm là quý bạn bè nên mới hỏi han thăm viếng chứ cũng chả cần như muốn xin ăn hay xin ở. Đó là chưa kể bây giờ với cell phone (điện thoại di động, không còn kiosk điện thoại với quyển điện thoại dày cộm) lại càng khó khăn hơn vì thiếu gì cách không muốn gặp mặt như không trả lời điện thoại vì cho là số điện thoại lạ hay là không đem theo điện thoại hay điện thoại hết pin hay điện thoại hư hay không có WiFi v. v. v. Cũng có thể lúc người bạn viếng thăm đó cũng không đủ thời giờ tới viếng thăm bạn vì họ còn phải đi xem thắng cảnh hay gặp gỡ gia đình.

Có ông bạn kể lại là cùng bạn thân ngày xưa mà khi gọi điện thoại báo tin là sẽ tới thăm thì ông ta bèn giới thiệu khách sạn gần nhà ông ta. Có thể là ông ta rất bận, không thể tiếp đón cả ngày được hay cũng có thể ông ta cho là nhà ông ta không xứng (hay quá xứng) mà tiếp đón bạn cũ. Hay biết đâu trong gia đình người bạn đó có lủng củng trong nhà? Ngược lại ông bạn viếng thăm cũng có thể ngại ở nhà bạn vì sợ làm xáo động đời sống hằng ngày của ông bạn, thành ra khi tới thăm mà ngại muốn nối tiếp lại tình bạn cũ, bị đặt vào một trường hợp khó xử, không gọi điện thoại báo thăm thì bị trách móc, còn gọi lại bảo thì e ngại bị phiền nhiễu.

Dần dần loại bạn đó xa dần dần và phai nhạt.

"Loin des yeux, loin du coeur" (Xa Mặt Cách Lòng)

Thời gian cũng làm thay đổi tình bạn như lúc trẻ có cùng sở thích với nhau lúc đi học, lúc đi chơi, đi ăn nhậu, đi đá banh, đi tán gái v.v... Nghĩ tới đây không hiểu các cụ đọc bài này có để ý là thời ở Việt nam khi tới thăm bạn bè nhất là khi đi "cua" bạn gái nhiều lúc càng ngồi lâu càng lấy làm sung sướng, nhiều khi ngồi hơn cả buổi mà chả có anh nào dám xin vào trong nhà bạn gái để đi tiểu chẳng hạn. Có thể lúc đó rất sợ hay rất e ngại viếng thăm nhà cầu cô bạn gái hay là lúc đó hạch prostate vẫn còn tốt chưa bị bệnh són đái phải đi giải quyết ngay! Ngược lại ở xứ Âu Mỹ này nhà nào nhà nấy đều có "toilet" gần ngay phòng khách nên vụ xin đi "tè" không lấy gì mà phải e ngại sợ khám phá ra mất "bí mật quốc gia."

Sau khi lập gia đình thì lại có sự thay đổi khác: có khi tình bạn sẽ lạnh nhạt dần dần như trường hợp một bà bạn rất thân cùng trong một nhóm học xưa kia với một bà bạn khác. Nhưng khi hai bên lập gia đình thì dần dần xa nhau (không được phép phối ngẫu nhất là với khác phái?). Tuy vậy cũng có trường hợp khi có gia đình lại vẫn mời nhau cùng chia sẻ chuyện vui buồn gia đình con cái với nhau.

Nhưng khi con cái thành thân có cháu chắt lại khác. Lúc đó như có một bà bạn kể là ngày thường đi làm, đến cuối tuần là lái xe hai ba tiếng tới tiểu bang khác đến đón cháu về nhà ở chơi qua cuối tuần nên bạn bè đều bị dẹp bỏ. Họ quan niệm lúc đó là không biết ngày nào họ sẽ "rụng" nên còn được sống nhiều lúc nào với cháu, chắt thì càng tốt: niềm vui hạnh phúc là được vui với con với cháu, còn bạn văn nghệ, xã giao đều cho vào hạng thứ không cần thiết phải gặp nhau.

Ngay trong trường đời cũng không tránh khỏi sự thay đổi như có câu ca dao:

"Giàu đổi bạn, sang đổi vợ."

Có vài bạn sang Âu Mỹ không được thành công cho lắm, hoặc thi không đậu không trở lại được nghề cũ, hoặc làm ăn không khá thì có mặc cảm, xa lánh bạn bè mặc dù người bạn cũ vẫn muốn giữ tình bạn xưa. Còn người làm ăn rất khá rất giàu có thì lại không muốn cho bạn bè tới thăm nhà lấy cớ là rất bận, ở xa v.v... tới tỉnh thăm, điện thoại là lơ là, nếu thân hơn lắm là cho hẹn ở một quán ăn trên đường đi làm về không như hồi hai mươi năm trước thì đi lại rất thường mời ăn mời uống mời đi mời lại rất thân.

Lại có trường hợp là ở xa có bạn tới thăm thì phải tiếp đón, nhưng sau đó có rất nhiều người bạn hỏi thăm quá thành ra thông thường nên cảm thấy bị tình trạng "fatigue" mệt mỏi không muốn tiếp đón nữa vì thấy là sau khi thăm hỏi xã giao vài câu là không có chuyện gì muốn nói nữa. Cũng vì có nhiều anh chị bạn nói là đi dự hội bạn họp mặt lần đầu tiên thì rất sốt sắng vì muốn gặp lại bạn bè lâu năm xa cách nay đã gặp mấy lần rồi thành nhàm không còn hứng thú nữa. Nhất là họ lại nói là họp bạn là một chuyện nhưng đi lại thăm một chỗ mà họ đã tới du lịch rồi nay lại tới lại tốn tiền tốn thì giờ họ không còn hăng hái nữa.

Bạn bè (bạn phải có "bè"), chữ ghép đôi này rất có lý nhất là khi tiêu cực hơn hết (tri kỷ) hiểu nhau như Bá Nha Tử kỳ nhưng ngược lại cũng có loại "schadenfreude" (tiếng Đức) là khi thấy một bạn gặp một chuyện khó khăn đau đớn thì bạn lại thấy một cách thích thú sung sướng ngấm ngầm.

"Thất thập cổ lai y"

Hiện tại thời Cô Vít 19 này, tình bạn lại gặp một chông gai lớn là không dễ dàng gặp mặt bạn để đấu láo hay ăn nhậu nữa: đâu còn ra quán cà phê (như ở Cali quán Cà Phê Factory ở Quận Cam, một loại như Café Catinat thời Sài gòn xa xưa). Đã thế lại phải đeo mặt nạ, tiếng nói nghe khó khăn lại các cụ bị điếc tai ít hay nhiều vì tuổi già mới đau chứ! (hay thấy buồn cười vì trông thấy nhau bịt mặt mũi như thuở chơi bắn súng bịt mặt cao bồi Zorro)! Mà gặp nhau qua Zoom hay Facebook hay Skype cũng không còn hấp dẫn nữa!

Đó là chưa kể vụ thích hay chống Trump cũng thành một vấn đề ngấm ngầm hay bộc lộ bút chiến chửi nhau trên diễn đàn hay qua điện thoại làm chia rẽ tình bạn trầm trọng. Ngay cả trong gia đình cũng bị xào xáo vì vụ "pro hay con Trump" này.

Thế mới đau là khi nghĩ là những ngày sắp tới sẽ dần dần ít đi khi so với những ngày đã qua mà các bạn già cũng không tránh khỏi các lục đục đó.

Bốn mươi năm sau hay bốn mươi lăm năm sau, nhiều biến đổi, tóc đen thành muối tiêu, dần dần muối nhiều hơn tiêu trở thành bạc trắng. Đó là có phúc sống tới lão chứ không như vài bạn bè bị đau nặng, bệnh hiểm nghèo, ung thư chẳng hạn thì dần dần tự ý xa lánh bạn bè và rụng mất quy tiên mặc dù bạn bè vẫn hỏi han thăm hỏi chia sẻ. Chung qui là thời gian làm vạn vật biến đổi không chừng. Mọi sự đều như là bức tranh vân cẩu biến hóa vô chừng. Cây cối mỗi năm thay đổi lá cành, năm nay khác năm ngoái, cây già rồi sụp đổ nên sự tình bạn cũng không thể tránh khỏi, chỉ mong rằng đừng biến thành như:

"Trải qua một cuộc bể dâu, những điều trông thấy mà đau đớn lòng" (Nguyễn Du)

Nguyễn Dương (2020)

Đi tìm chỗ trú ẩn bí mật của các Thượng nghị sĩ và Dân biểu Quốc Hội Hoa kỳ

Nguyễn Dương

Với bối cảnh của cuộc tranh chấp (hay đấu võ mồm) giữa Tổng Thống Trump Hoa kỳ và Kim Jong Ủn Bắc hàn đe dọa lẫn nhau với vũ khí nguyên tử thì chạnh nghĩ tới hồi chiến tranh lạnh giữa Hoa kỳ và Nga sô viết. Hai bên sửa soạn đánh nhau nào là tối tân hóa vũ khí nguyên tử như bom khinh khí, chuyển động tàu ngầm nguyên tử cùng sửa soạn hỏa tiễn liên lục địa và máy bay thả bom chiến lược. Ngoài ra còn huy động tinh thần dân chúng để phòng ngừa và giảm bớt tác dụng nguy hiểm của tia phóng xạ bằng cách phóng thanh trên truyền hình, phát thanh và báo chí. Học sinh sinh viên lẫn dân chúng được chỉ cách chống như núp dưới bàn ghế ở trường hay đi vào phòng trú ẩn (thường ở giữa nhà) và dự trữ thức ăn, nước uống, thuốc men như viên Iodine). Ngân sách được dùng để xây dựng các hầm trú ẩn cho dân chúng.

Thời đó Tổng Thống Eisenhower cũng nghĩ tới chỗ trú ẩn cho chính quyền khi bom nguyên tử được thả xuống Hoa Thịnh Đốn. Tổng Thống thì có hầm trú ẩn ở Trại David. Bộ máy chiến tranh và Quốc phòng thì có căn cứ NORAD xây trong lòng núi ở tiểu bang Colorado. Thế còn các nhân vật quan trọng của các nghành lập pháp và tư pháp thì núp ở đâu bây giờ?

Trong Đại chiến Thứ 2, vùng rặng núi Alleghany (Blue Ridge Mountain) ở Tiểu bang West Virginia có một nơi nghỉ mát khách sạn rất sang trọng tên là Greenbrier. Khách sạn đó bị trưng dụng thành một quân y viện để chữa trị cho các quân nhân bị thương ngoài trận địa. Lúc đó Đại tướng Eisenhower có dịp đi về Hoa Thịnh Đốn họp và ghé thăm quân y viện để ủy lạo quân nhân và gia đình. Luôn tiện Eisenhower có dịp đánh golf ở đó (Eisenhower rất mê chơi golf), thành ra khi làm Tổng Thống, Eisenhower có ý định chọn khu du lịch Greenbrier để xây hầm trú ẩn cho Quốc hội Hoa kỳ.

Trước hết khu du lịch Greenbrier ở gần White Sulphur Springs không nên nhầm với Hot Springs ở Arkansas hay Hot Springs ở Colorado hay Hyde Park ở New York (là nhà của FDR nơi mà Tổng Thống Roosevelt đem bạn gái tới du hí được tài tử Bill Murray đóng trong phim Hyde Park on Hudson) cách xa Hoa Thịnh Đốn rất nhiều.

Greenbrier rất thính hợp vì cách xa Hoa Thịnh Đốn 250 dặm vừa gần thủ đô lại vừa xa tầm các tia phóng xạ nếu Hoa Thịnh Đốn bị ném bom trúng đích. Greenbrier lại là ở một thung lũng trong rặng núi Blue Ridge Mountain có luồng gió thiên nhiên thổi ra phía đông ngoài biển để làm tản mát tia phóng xạ. Đã thế Greenbrier có sẵn suối nước trong (White Sulphur Springs) và đã có sẵn một hệ thống xe lửa, xe hơi và máy bay đưa khách du lịch của toàn quốc nước Hoa kỳ tới nghỉ mát. Hơn nữa vì là khách sạn nên đã có phòng ngủ có sức chứa cả ngàn người rồi.

Để giữ bí mật trong cuộc điều đình với giám đốc khách sạn. TT Eisenhower lấy cớ mời họp TT Mễ Tây Cơ và TT Gia Nã Đại ở khách sạn Greenbrier để bàn các chuyện dính tới Bắc Mỹ. Đó là bề ngoài còn bề trong là lúc đó TT Eisenhower và chính phủ nghiên cứu thương thuyết với công ty CSX lúc đó là giám đốc khu nghỉ mát Greenbrier. Hai bên thỏa hiệp ngầm là khu Greenbrier sẽ được xử dụng làm chỗ trú ẩn cho Quốc Hội Hoa kỳ khi chiến tranh nguyên tử xảy ra.

Thế là cuộc xây dựng hầm trú ẩn (Bunker) được thành hình dưới một danh nghĩa là "Project Greek Island" bề ngoài là để xây thêm một cánh nhà phía Đông cho khách sạn và xây môt phòng họp lớn (cả khu trú ẩn bí mật rất rộng lớn bằng nhà bán đồ Walmart bây giờ) được khởi sự xây cất vào năm 1958 và hoàn tất vào năm 1961. Hợp đồng ký giữa chính phủ là trong vòng 30 năm khu giải trí Greenbrier sẽ được chính phủ chu cấp chi phí bảo trì với một quỹ đen.

Cuộc xây dựng bunker làm rất kín đáo dùng cách "vừa đào vừa giấu" nghĩa là các đất đào dưới đất làm hầm được giấu dưới danh nghĩa là xây sân golf và để lấp bằng chỗ thấp khi nối dài phi đạo của phi trường nhỏ địa phương của Greenbrier. Thành ra dân vùng đó đâu có biết là có vụ xây hầm đâu đến nỗi cả sử gia Robert Conte của khu nghỉ mát Greenbrier cũng không biết mặc dù ông ta có rất nhiều tài liệu của Greenbrier.

Ngoài phi trường được tối tân hóa cho có thể nhận được phi cơ lớn tới cùng hệ thống truyền tin liên lạc, xa lộ được nới rộng (lúc đó đang có chương trình xây xa lộ cho toàn quốc Hoa kỳ) nên khi xây xa lộ ở Greenbrier không bị lộ liễu nhất là phải xây vài khúc xa lộ cho được bằng phẳng dài vài dặm để máy bay có thể đáp xuống hay cất cánh trong trường hợp phi trường Greenbrier bị phá hủy. Cũng nên nhắc là công trình xây xa lộ toàn quốc quy mô ở Hoa kỳ lúc đó có thể nói là một thành công kiến trúc không kém 7 kiến trúc merveille của thế giới. (Hệ thống xa lộ liên bang -Eisenhower Highway Network).

Khu bunker có đủ tiện nghi văn minh của thời đại đó: có chỗ ngủ, chỗ ăn, bệnh xá nhỏ, máy giặt quần áo, bếp, lò đốt rác, máy biến điện, chỗ decontamination và nơi họp rộng lớn đủ cho tất cả Thượng Nghị Sĩ và dân biểu cùng phòng phát thanh truyền tin.

Bunker có bốn cửa bí mật bằng thép nặng tới 18-25 tấn nhưng xử dụng bằng máy thành ra chỉ cần một người để mở cửa ra vào. Cửa được ngụy trang che dấu với bình phong và giấy tường không khác lạ với cảnh phòng chung quanh khách sạn. Có hai cánh cửa lớn có thể cho xe vận tải ra vào được. Tường bunker làm bằng bê tông cốt sắt có thể chịu đựng được bom nguyên tử gần đó nhưng không chịu được direct hit.

Hệ thống không khí rất là tinh vi để có thể thanh lọc hay ngăn chận các tia phóng xa làm người viếng thăm cảm thấy có luồng gió hút khi đi trong bunker. Gió hút đó làm đóng các cánh cửa tự động.

Chỗ ngủ là hàng dài giường sắt 2 tầng như ở trong trại lính (hay nhà tù?) có thể chứa được 1100 người (gia đình con cái thì được trú ngụ trong các phòng của khách sạn. Các giường đều có gắn tên sẵn của các vị lập pháp. Dưới giường có một hộc tủ có khoá để đồ đạc cá nhân. Mess hall chỗ ăn có đủ ghế cho 470 người ăn. Một chi tiết nhỏ là để tránh các vị lập pháp quá căng thẳng vì ở trong một nơi tù túng, các gạch đá hoa được chọn một pattern làm dịu mát tinh thần. Khu nhà bếp ngay cạnh phòng ăn có phòng dự trữ đồ ăn với máy lạnh. Đồ ăn được thay đổi mỗi 2-3 ngày cho được tươi.Bệnh xá có một phòng chẩn bệnh với các máy y khoa mới nhất của thời đại đó như máy đo tim EKG, máy thở, máy defibrillation thô sơ, cùng bàn ghế chữa răng và một phòng dược liệu chứa đầy đủ thuốc men. Cũng có một phòng giải phẫu có thể mổ thông thường như cắt ruột dư bị viêm hay đỡ đẻ.

Lò đốt rác trông giống như lò đốt xác chết trong trại Auswitch của Đức quốc xã trong Đại chiến thứ 2, thành ra khi ngó thấy đó với chỗ tắm hương sen để giải độc (decontamination) khi mới bước vào bunker không thể không chạnh nghĩ đến thảm cảnh Holocaust của người Do thái. N nhận xét là hành lang dẫn tới chỗ tắm hương sen quá chật chỉ đủ cho 1 hay 2 người đi qua thì không hiểu lúc thật sự cần cứu cấp sẽ bị tắc nghẽn vì chen lấn.

Bunker có 3 máy phát điện chạy bằng dầu Diesel với bồn chứa Diesel: sở dĩ có 3 máy là một máy để xử dụng, cái thứ hai để đề phòng secours khi máy thứ 2 bị hư còn có thêm máy thứ ba cho chắc hơn!

Nơi họp cho Quốc hội là một phòng rộng lớn dùng làm Exhibit Hall cho các cuộc triển lãm hay như chỗ cho trình dược viên quảng cáo cho các hãng thuốc mà hàng năm Hội Y sĩ Tiểu bang West Virginia họp. Cũng có 2 phòng họp riêng cho Dân biểu (phòng lớn đủ 470 ghế) và một phòng nhỏ cho các Thượng nghị sĩ họp. Lại còn có một phòng truyền tin phát thanh và ti vi để các nhà lập pháp tuyên bố cho dân chúng, chỗ sau micro có một fond lớn hình Toà Quốc Hội với cảnh thay đổi tùy mùa (như mùa xuân có hoa anh đào, mùa đông có tuyết trắng phủ trên điện Capitol!

Ngoài ra nhà cầm quyền cũng lo nghĩ tới xung đột giữa các nhà lập pháp của 2 đảng Dân chủ và Cộng hòa hay tranh chấp quyền hành cướp chính quyền. Cứ thử tưởng tượng như các vị lập pháp đối lập đó bị cấm cung suốt 24 tiếng đồng hồ mỗi ngày căng thẳng với tình hình thế giới và cá nhân gia đình mà phải đối diện với địch thủ từng giờ từng phút một (như dân biểu N. Pelosi và C. Schummer đối với Thượng nghị sĩ McConnell thời nay!). Thành ra bunker cũng có phòng cho nhân viên an ninh với đầy đủ súng ống, matraque, đạn dược cùng lựu đạn cay mắt, mặt nạ v.v.v.).

Mà tất cả các sự kiện trên không ai biết cả trong 30 năm (sẽ viết sau) ngoại trừ vài người quan trọng trong chính quyền tối mật!

Sử gia Robert Conte có kể rằng trong suốt 30 năm khi bunker chưa bị lột mặt nạ chính ông ta cũng không biết là có một bunker bí mật ngay trong khu giải trí Greenbrier mặc dù ông ta là sử gia chính thức của Greenbrier với đầy đủ tin tức về hồ sơ lịch sử của khu đó. Trong 30 năm đó cả hàng chục vạn người đi qua đi lại và ở tại khách sạn mà không ai biết đó là khu trú ẩn bí mật của Quốc hội. Ông ta chỉ nhận có nhận xét là tại sao mà có phải xây nhiều nhà tiểu tiện cho đàn ông thế? (về sau mới hiểu là phần đông các nhà lập pháp là phái nam).

Ông ta cũng để ý là Tổng Thống G. Ford và Phó TT H. Humphrey sao lại thích tới Greenbrier đánh golf như vậy? Ông Conte cũng không hiểu sao khách sạn Greenbrier lại cần nhiều nhân viên chuyên môn truyền tin và truyền hình dưới tên một hãng tên là Forsyth Associates trú ngụ tại khách sạn nhưng lại không làm việc cho khách sạn? Hãng đó đúng ra chỉ là bề ngoài cho một nhóm nhân viên an ninh của chính phủ có lời thề giữ clearance tối mật. Các nhân viên đó ngoài lo việc bảo trì hệ thống truyền tin truyền hình còn phải bảo trì hệ thống lọc không khí (như lưới air filter), thay đổi thức ăn cho tươi tốt, cập nhật thuốc men, dự trữ nước uống, dầu xăng đủ dùng cho sáu tháng sinh sống trong bunker.

Tất cả các dịch vụ sinh sống của bunker không một ai biết cả (lẽ dĩ nhiên chỉ có vài nhân vật quan trọng trong chính quyền biết mà thôi cho suốt 30 năm sau (ngày 31 tháng năm năm 1992) thì có một bài báo trên Washington Post viết bởi ký giả Ted Gup vạch trần bí mật bunker trên tờ Magazine của W. post cuối tuần. Ngay chuyện này cũng li kỳ vì báo Washington Times (đối thủ cạnh tranh với W. Post) đánh hơi tới chuyện hầm bí mật đó nên báo W. Times đăng lên 3 ngày trước báo W. Post nên báo W. Post bị hơi quê là không phải là một tin mới sốt rẻo. Nghe nói là ký giả Ted Gup lượm được tin này do một dân biểu quen to xì hơi ra. Thời đó khi tin hầm trú ẩn bị tiết lộ các nhà lập pháp lao nhao đòi truy tố ký giả Ted Gup ra tòa vì tội phản quốc nhưng chủ nhà báo W. Post là bà Katherine Graham rất có thế lực quen biết trong chính phủ nên ngay sau đó chuyện tiết lộ bị cho chìm xuồng luôn và chính phủ đóng cửa khu bunker ngay và phân tán đồ đạc, giường, máy móc cho các cơ sở chính phủ khác. Hiện tại một phần bunker được dùng làm cho lưu trữ cho một công ty tư nhân. Trong thời gian 30 năm đó, chưa một lần nào bunker được xử dụng như đúng mục đích của một hầm trú ẩn ngoại trừ một lần duy nhất báo động có thể dùng khi xảy ra vụ hỏa tiễn Nga sô ở Cuba thời TT Kennedy.

Hiện nay ngoài một phần dùng cho tư nhân thuê, khu bunker được dùng để làm một nơi giải trí. Muốn xem bunker phải ghi tên trước, mua vé giá 34 US đô la cộng với thuế thêm (2017) có người guide kèm theo giảng nghĩa chi tiết lịch sử. Thời gian đi (tua) dài độ trên một tiếng đồng hồ và họ không cho chụp hình lẫn đem theo cell phone.

Nếu khu bunker đó không bị tiết lộ năm 1992 thì có lẽ hiện nay Greenbrier có nhiều phần chắc chắn là vẫn được dùng là nơi trú ẩn cho các nhà lập pháp. Hiện tại thì khu bunker mới không ai biết chắc chắn là ở đâu kể cả các Thượng nghị sĩ và Dân biểu (lẽ dĩ nhiên chỉ có vài người biết tin tối mật đó. Có một vài chỗ được nhắc tới như Raven Rock, Mount Weather, NORAD hay ngay tại dưới sân cỏ của Toà Bạch ốc).

Thăm khu giải trí Greenbrier nếu so sánh với các chỗ du lịch sang trọng khác như The Breakers, khách sạn Mandarin hay Four Seasons thì Greenbrier không được tối tân sang trọng nhưng được bù là rẻ hơn và có phần nặng về lịch sử quý phái như đời sống của các nhà quý tộc miền Nam nước Mỹ thời trước Nam Bắc phân tranh.

Ngoài Tổng Thống Eisenhower tới ở Greenbrier (ông ta có một villa riêng đặt tên là Eisenhower cottage) còn có các vị TT khác như Grant, Monroe, Wilson, Kennedy, Johnson, Nixon, Ford, Carter, Reagan, GH Bush, Clinton, GW Bush lẫn các quan khách long trọng như Hoàng tử Windsor, Rainier và Grace Kelly, Đại tướng Marshall, đại kỹ nghệ gia Vanderbilt, Conde Nast, Ngoại trưởng Hull cùng các minh tinh màn ảnh như Bop Hope, Elizabeth Taylor, Debbie Reynolds, Eddie Fisher, Bing Crosby, Jane Seymour, Raquel Welch và các thể tháo gia như Lou Gehrig, Peter Sampras, Westmoreland…. Và sau hết là tên họ của bạn khi bạn tới đó thăm viếng.

Nguyễn Dương

Đi Vào Thế Giới The Hamptons

Việt nam ta ở miền Tây hễ nói tới khu trưởng giả nổi tiếng là nghĩ tới ngay là Hollywood hay Beverly Hills của tiểu bang California (hay gần đây New Port Beach, Santa Monica...) nơi mà các tài tử nổi tiếng hay các đại gia kếch xù ở. Nhưng khi hỏi tới miền Đông thì dân Việt nam phần đông chỉ biết là ở New York City rất mắc thứ nhất và ở Miami thứ nhì. Chính ra thì dân giàu có ở NYC (như những người buôn chứng khoán của Walls Street -traders- hay có gốc thượng lưu), hay những nhân vật nổi tiếng như tài tử Gnyweth Paltrow, Alec Baldwin, Beyoncé & JayZ, Brooke Shields, Ralph Lauren, Robert de Niro, Jennifer Lopez, Christine Brinkley, Steven Spielberg, Scarlett Johansson...thì họ có nhà nghỉ mát tại khu The Hamptons (TH).

TH cũng được nổi tiếng qua cuốn sách "The Great Gasby" của tác giả F. Scott Fitzgerald có trong curriculum của các học sinh Trung học Hoa kỳ phải đọc qua để biết về một thời văn hóa "The Roaring Twenties" 1920's với nhạc Jazz, điệu nhảy Charleston hay nhảy thiết hài. Thời đó dân chúng phái nam ăn mặc quần bretelle, phái nữ đội mũ melon trắng hay có lông trong một xã hội thả lỏng để phản kháng ngầm với đạo luật cấm uống rượu ở ngoài đời. "The Great Gasby" còn được quay thành phim mấy lần, lần đầu năm 1949, sau đó năm 1974 với Robert Redford và gần đây nhất (2013) là do Leonardo DiCaprio đóng. Cũng tựa vào TH mà cũng tài tử Leonardo DiCapri đóng trong phim "The Wolf of Wall Street" (2013). Hay TH cũng được quay trong phim "Something Gotta Give với Jack Nicholson và Diane Keaton đóng. (2003).

TH thuộc về đảo Long Island, NY, TH cách xa NYC chỉ có 100 dặm nhưng đi phải mất hơn 3 tiếng đồng hồ vì hay bị kẹt xe (nếu đi thật sớm sáng hay thật khuya thì có thể đi 2 tiếng đồng hồ được).. Vì vậy các trọc phú đi làm việc ở NYC thì họ bay bằng trực thăng sáng bay đi chiều bay về (như xướng ngôn viên Matt Lauer của NBC mới bị cho về vườn vì vụ #MeToo). Cũng có thể đi bằng xe lửa nhưng rất nhiêu khê.

TH ở về phía cực Đông của tiểu bang Nữu Ước. TH có nhiều "làng" như East Hampton, Southhampton, Westhampton, Amangasett, Sag Harbor có bến cho các tàu du thuyền đậu, Water Mills, Bridgehampton. TH nổi tiếng là có nhiều bãi cát dài trắng mịn, nhiều tiệm ăn sang trọng, nhiều gian hàng bán quần áo thời trang. TH cũng có nhiều phòng triển lảm tranh ảnh nghệ thuật. TH cũng là chỗ để xem biểu diễn hay cưỡi ngựa, chơi polo, câu cá. Để tránh dân tụ tập đông đảo ở các bãi biển, các bãi đậu xe chỉ dành cho dân ở đó thành ra họ kiểm soát được số (và chất) lượng du khách. (Thuế địa ốc ở đó lẽ dĩ nhiên rất cao).

Kiến trúc các nhà ở TH là loại New England nghĩa là nhà bằng gỗ vẩy xạm đen với mái tam giác nhọn và cột trắng. Khu Meadow Lane ở Southhampton được gọi là "Billionaires' Lane". Tập san Business Week cho Zip code của làng Sapagonack là Zip code mắc nhất của cả nước Mỹ với giá nhà trung bình là 8,5 triệu đô (2016). Các nhà trọc phú đó ngoài dinh thự to rộng lại còn có cả trại trồng các trái ăn quả như táo, apricot, mận .... TH cũng có nhiều sân golf nổi tiếng (thứ tư toàn quốc) dành riêng cho các khách giàu sụ..

Thượng lưu cũng có nhiều chuyện chơi ngoài đánh golf câu cá, đi du thuyền yacht, ngắm chim hay Concours d'Élégance khoe các xe hơi cũ (antique). Họ cũng tổ chức nhiều buổi gây quỹ cho những vấn đề xã hội hợp ý với họ. Hàng năm còn có cuộc cưỡi ngựa dressage (N. nhận thấy là các jockey cưỡi ngựa thường là dân da trắng trẻ đẹp đi giầy botte, mũ cưỡi ngựa, trông rất khỏe mạnh quý phái). Nhiều cuộc triển lãm tranh ảnh hay ra mắt sách được quảng cáo với tên tuổi các khách danh dự nổi tiếng như Alec Baldwin, Gwyneth Paltrow. N. có đi dự vài cuộc gây quỹ đó thì nhận xét là tuy rằng để gây quỹ nhưng cũng có phần khoe khoang, có lúc N. cũng thấy có nhiều nàng ăn mặc diện diêm dúa mát mắt không hiểu là đi bắt mồi những ông lớn tuổi nhưng nhiều bạc. Lẽ dĩ nhiên muốn dự các buổi triển lãm hay gây quỹ đó phải quen biết rộng mới được mời tới và nộp chi phí vào cửa. Trong các buổi gặp mặt đó ăn uống rượu sâm banh thả cửa, lại thường có ban nhạc violon sống lẫn parking attendant ăn mặc lịch sự.

N. cũng được đi dự vài cuộc gặp mặt ở tư gia hay ở ngoài bãi biển. Ở bãi biển họ thuê bao một khúc bãi biển cắm cọc lửa rồi cho nhân viên canh gác cô lập ra vào khu đó. Trong đó thì bàn được phủ khăn trắng với một ngọn đèn và một đĩa kẹo hay hạt lạc, hột điều. Thức ăn là tôm hùm, steak nướng tại chổ ăn thả cửa. Rượu bia đủ loại. Lại có ban nhạc sống và có một chỗ có ghế bằng các cuộn rơm ngồi chung quanh một ngọn lửa bonfire. N. được biết là những buổi gập chung đó tốn trên 200K. (đám cưới thì 1-2 T).

Về du khách vào mùa hè thì đông người nhất với đủ mọi người đen trắng vàng nâu lẫn lộn, tuy rằng da trắng vẫn nhiều hơn, họ cũng ăn mặc thanh lịch không phơi bầy rẻ tiền xô bồ to tiếng như kiểu "The Ugly American". Nhưng tới cuối mùa Thu hay đúng mùa Đông lễ hội thì mới là lúc thật sự dân bản xứ (đa số) mới lộ diện: các cô gái da trắng váy dài trang điểm quý phái di chuyển bằng các loại xe hơi mắc tiền.

Khu TH có nhiều "village", N. có nhận xét sau đây:

East Hampton (EH) là chính. Khu downtown có nhiều cửa hàng quần áo của các hãng nổi tiếng, có nhiều tiệm ăn sang trọng như: 1770 House Restaurant & Inn, East Hampton Grill, The Hunting Inn, Paola', Babette, Cittanuova. N. không thấy McDonald hay Burger King gì cả. Cũng được biết là họ không cho xây nhà chọc trời để giữ nguyên thủy tính cách một làng kiểu New England. Chỗ đậu xe rất giới hạn lại bị kiểm soát thường trực bởi các cô cậu sinh viên muốn kiếm tí tiền lẻ tiêu thêm. (Alec Baldwin, Steven Spielberg và Robert Downey, Jr. ở đó). Gần đó có nhiều bãi biển nổi tiếng như Georgica Pond nơi mà Ralph

Lauren, Beyoncé có nhà nghỉ mát đồ sộ ngay bãi biển. Lily Pond Lane là một trong những con đường mắc nhất của Hoa kỳ.

South Hampton (SH) rộng nhất cũng có nhiều tiệm ăn lịch sự như ở EH (Tutto Il Giorno, Plaza Cafe, Silver's Restaurant, Oreya). Như đã kể trên SH có khúc đường tên là Meadow Lane được phong tên là Billionaire's Lane (Calvin Klein). Tuy vậy SH cũng có một tiệm Burger King.

Sag Harbor có bến tầu có nhiều du thuyền sang trọng yatch đậu. Các tiệm ăn nổi tiếng là Tutto Il Giorno, Lulu Kitchen & Bar.

Amangasett nhỏ hơn nhưng có cái đặc biệt là có một tiệm bán đồ thể thao Khanh Sports do một người Việt nam làm ăn khá thành công.(Scarlet Johansson, Gnyweth Paltrow ở đó)

Montauk thì xa hơn ở ngay mỏm đảo Long Island thì có bến tàu đánh cá. Trên đường đi từ EH (xa độ 1-2 tiếng đồng hồ lái xe) có tiệm bán lobster rolls và clam chowder rất đông khách. Robert de Niro, Ralph Lauren (đang mua thêm nhà thứ hai) và Julianne Moore ở đó, trước khi đi tù thì Bernie Madoff cũng có biệt thự ở đó.

Water Mills (Jennifer Lopez) và Bridgehampton là 2 làng ở giữa SH và EH thì nhỏ hơn (Christine Brinkley). Westhampton thì ở gần NYC nhất (Anderson Cooper).

Các "làng" kể trên ở khu thương mại trung tâm làng thì họ tặng không các nguyệt san giấy glossy bóng láng với nhiều hình ảnh đẹp quảng cáo nhà cửa của TH lẩn đời sống hiện tại của TH. Chợ búa thì họ dùng chuỗi tiệm Citarella (có ở EH, SH, Bridgehampton) bán đồ ăn thượng lưu sang hơn Safeway hay Giant nhiều. (như rau húng quế nhập cảng từ Do Thái!). Đúng là xã hội trưởng giả không hợp với Việt nam ta.

Tài liệu tham khảo: Wikipedia, Internet.

I WANT TO GO HOME

Mr. Dan opens his eyes after a nap lunch, not knowing the date or the time. Here, day after day, every day is the same. He is an old man who no longer remembers. Living with other elderly people who are sick or demented, the day of the week no longer matters.

He recognizes his old roommate who had been awake since who knows when. Mr. Dan nonchalantly asks him in Vietnamese: Did you have a good nap? His American roommate, who is also demented, answers calmly in English: Do you want to eat dinner now? Are you hungry?

These two old folks living in a nursing home room are conversing without any mutual understanding. Both are happy just to be talking to someone.

Mr. Dan looks for a cane to go outside. His dutiful daughter bought the cane at a medical supply store. The height of the cane is adjustable. The end is covered by a rubber cap to keep him from slipping when he uses it for support.

He is like his daughter's dog who sits on a chair looking through the window watching for her return. Mr. Dan always looks in the direction of the nursing home gate, resigning himself that the door will be always locked with an attendant sitting by the door. He never can walk outside but he can see through the door the landscape beyond where once long ago he had a home of his own.

After standing for a long time, contemplating life outside, he nonchalantly walks in small steps back to his bedroom. Passing by the lounge or the hall, he sees other old folks like him, each one in a different pose, either sitting down, sitting in a wheelchair, or walking slowly with a walker -- all looking dejected.

Back to his bed, he lies down, eyes wide open, anxious, even fearful of sleeping because he will be awakened by a nursing assistant who will tell him to shower or go to the dinner room, even if he does not want to take a shower or to eat. These assistants perform their duties on schedule with military precision. At night, when he cannot sleep, he gets out of his bed and wanders in the hallway aimlessly into a ghostly environment of dead silence until he is chased back to his bed by the on-call nursing staff.

The next morning, his daughter arrives to visit. He is so happy as he clings to her sleeves and pleads: "My daughter takes me home".

The daughter comforts him: "Yes, I am going to take you home to see your grandchildren."

Mr. Dan replies between tears, feeling miserable, but his voice is now alert: "I crave Vietnamese food, spring rolls with cooked shrimps, shoulder pork with rice noodles dipped in a honey peanut sauce sprinkled with hot pepper or the rice noodle duck soup with bamboo shoots".

His daughter reminds him: "I know, you will remember to bring your dentures with you so you can taste your foods."

"At home, I will boil the pork belly so you can dip in the fish sauce like the old days when you wolfed it down with wine".

"Oh, I remember, your mom mixed the sauce with garlic and hot pepper which was so delicious." Those days are now long gone. His wife passed away more than ten years ago, but he always recites this like it just happened yesterday.

When his wife passed away, he lived alone in the house that he had bought a long time ago. Despite living alone, he had the freedom to do things as he liked. He could drive to the Vietnamese market close by to buy food he likes and cook for himself. He still remembers the boiled pork belly which he dipped into the fish sauce that he prepared but which was not as good as when his wife mixed the sauce.

His daughter's home was just ten minutes far away by car, so she regularly came to visit him and helped him sometimes for his cooking, his laundry or cleaning his house, until the time that she insisted that he move into this nursing home.

Mr. Dan is now 90 years old. Generally speaking, he is "healthy" given his age with, no chronic health conditions requiring around the clock care. Although weak in the limbs, he still manages to walk by himself, naturally with a cane. Mentally, he is "half and half", sometimes very lucid, conversing normally, sometimes incoherent, not knowing what is going on. He can no longer live independently.

His daughter had thought about it for a long time. She only has 4 bedrooms for a family of four: her husband and her two children. She and her husband both work; their 2 teenaged children are in school. She cannot afford to let him stay at her home since there is nobody there to care for him. In a nursing home there is a staff which can watch him and provide medical care, not to mention meals.

Now and then, she visits her father like today.

Mr. Dan is so happy to follow her, walking slowly as he pulls his body along with his cane. He is like a young exuberant child going to an amusement park.

His grandchildren will be happy to see him. He had taken care of them since their birth till their teen age years. They are kind to him even though his presence will upend their weekend schedule. Sometimes he asks if these children are from which family. Luckily, he sometimes he remembers their names as well. Generally, he cannot understand their chatter due to generational and cultural differences. They play piano, create sketches a show for him, but he cannot understand their language or melodies. He thinks it all sounds like "rap."

When they call, telephone conversations are limited to perfunctory questions. What do you eat today? How is the weather? Are you feeling OK? What TV shows are you watching? They are generally flat and repetitive. Face time and Zoom are not much better.

His daughter has now arranged for him to stay in one room in their house for the two weekend days.

The first dinner is served with clean pretty bowls, chopsticks, napkins, and dinner mats. A cold beer just out of the refrigerator, duck soup with young bamboo shoots, and cooked pork belly accompanied with a fish sauce mixed with garlic and hot pepper are waiting for him.

His daughter reminds him: "When you chew the food, please remember to spit on the dinner mat, do not drop it on the floor because the food will attract ants and cockroaches. And please wipe your hands with this napkin."

She remembers that when he lived alone in his house, his dining room was full of cockroaches. They multiplied so rapidly that no insecticide could eradicate them.

Even with her detailed instructions, she still has to watch him carefully because of his mental condition and habit of dropping food on the floor now and then.

Finishing dinner, he is offered the mung bean cake that he loves so much. From the beginning of the dinner to the end, all the dishes have been his favorites.

His daughter now has lovingly attended to her dad. Patiently, she waits until his last bite. After he swallows it, she tells him to go to the sink to wash his mouth and fingers and to gargle. She even wipes her father's hands and gives him warm water so he can gargle, gently reminding him of little things, like "Dad, wash your hands with soap" and "Take out your dentures and clean them." Nonetheless, she ends up having to clean out the dentures and put them in a glass of water.

When M. Dan finishes using the toilet, she immediately enters the room and cleans it, knowing well that he will splash his urine on the floor like he did when he is living alone. If she does not clean it immediately, the urine stench will linger and the unlucky one who steps on the spoiled bathroom floor will bring this undesirable odor with him.

At night time, his daughter already has the bedroom arranged for him, showing him the remote control and guides him to use it: "You can watch the news or your favorite pay for view like Netflix or HBO or Hulu. Just turn off when you are ready to sleep. Have a good night!" Mr. Dan lies down and watches TV dutifully as a child.

Reassured, she returns to her house cleaning work till bedtime. But when she is ready to go to bed, she sees him furtively go to the kitchen and return to his bed. Surprised, she follows him and discovers that her dad is opening another mung bean cake, eating it in bed because he is so hungry!

She yelled softly: "OMG! It is midnight now and you brought the sweet cake on your bed to eat! You are helping ants and cockroaches to multiply freely! And now you have to wash your mouth again!" Not really knowing what is happening, he shouts: "Leave me alone! I am going to sleep now!" He refuses to wash his mouth and hands. He hides under the blanket. Finally, he has won.

The next two days, his daughter is so tense as she carefully watched her father's every move. Not only does he keep dropping things on the floor but she has to answer all his questions which he repeats over and over. And he will forget this question a few minutes later and ask again!

The most disheartening job is to force him to take a shower. He refused to be waited by his family members, proudly telling them that he is still capable of doing such things on his own. After all, he still has the use of his hands and feet and does not need help from anybody else.

She readies a pot of warm water, leaves a soap and a shampoo, and a set of clean clothes close by. She puts a small stool nearby so he can sit down.

Even so, ten minutes later, he emerges from the bathroom wearing his new clean clothes and proudly declaring that he has cleaned his body and does not need to waste water showering.

She does not understand why he can "clean" his body when the warm water container is still full!

The next night she gives up obliging her dad to wash his hands after he eats cake in his bedroom.

She thinks that a staff back at the nursing home will straighten things out: He has to follow the regulations of the nursing staff and he won't argue with the nurses because he cannot speak English. And besides that, the nursing staff will handle any medical emergencies, God forbid!

While the daughter is preparing for his return to the nursing home, he leaves the house with his cane. She runs after him and finds him a short distance away. She grabs his arms: "Where you have been? I was scared to death that you might get lost."

He proclaims clearly: "I am going home". His daughter replies sweetened him: "Yes, I am readying you to go to the nursing home, dad."

He is now fully lucid and harangues: "I am not going to your home nor to the nursing home. I go back to my own house that I cherished with my wife, where I have full control of my daily activities. Living in the nursing home is like living in a jail. They lock the doors. They have guards. At noon time, while I am taking a nap, they wake me up, throw aside my blanket and order me to take a shower. Whether I am hungry or not, at dinner time they force me to go to the dining room to eat food I do not like! They did not care about my feelings, I have to eat foods that I do not like, I cannot ask for my preferences or choose what I want. Even at night when I cannot sleep, I cannot go outside my bedroom before been chased back to bed by them. So how can I be happy in the nursing home?" "To go to your house is like to go to a second jail, I know that you all, my dear daughter and your children. You all cherish me and try to make me comfortable, but I have the feeling that you are spying on me. You watch my every move. Everything I do is watched and then corrected in minute details so that your house is clean. Again, where is my freedom?"

After speaking, he weeps like a child. At that very moment, the dementia comes back, but he still declares: "I want to go home... my home!"

One day......

Duong Nguyen

Summer of 2020

Luyến Tiếc: Một Tiểu Luận

BS Nguyễn Dương

Trước hết theo tôi "luyến tiếc' là 'regret' và 'hối tiếc' là 'remorse' chứ không ngược lại như trong máy dịch. Luyến tiếc nhẹ nhàng hơn là hối tiếc (như lỡ theo đời sống trụy lạc, rượu chè bê bết, cờ bạc phá sản, hút sách nghiện ngập, không làm soi ruột già như bác sĩ khuyên - về sau bị ung thư ruột già - hay ngây thơ theo con đường chính trị sai lầm – đừng nghe những gì nói, hãy nhìn kỹ những gì làm -)

Trong đời chúng ai cũng có không ít hay nhiều luyến tiếc, có thể nói là những chuyện luyến tiếc đứng hạng thứ hai sau các chuyện ái tình *(Non je ne regrette rien, Édith Piaf) (Nếu biết rằng em đã lấy chồng, TTKh.)* ...

1- TRÊN CHUYẾN XE LIÊN TỈNH

Xe giường nằm đi từ Saigon về miền Tây, dãy giường cuối xe chỉ có tôi và 1 cô gái khoảng 20 tuổi.
Cô gái nằm giường dưới vì sợ độ cao, tôi nằm giường trên nhìn xuống thấy cô gái kéo áo lộ từ rốn đến ngực, trắng nỏn... không ngủ được.

- Sao anh không ngủ cứ nhìn xuống em hoài vậy?
- Anh ngủ chuyên nằm úp và mở mắt em ạ.
Cô gái kêu lạnh chân, nhờ tôi xuống kéo mền đắp dùm 2 chân.
- Lạnh quá anh ạ ! mình kể chuyện vui đi, em không ngủ được.
- Chuyện gì được nhỉ ? em kể trước đi.
- Chuyện về cô giáo anh nhé?
- Thôi thôi, chuyện giáo viên nghe buồn lắm, em kể chuyện gì vui vui một tí đi.

Em bắt đầu kể: "Vua đi đánh trận, giao thằng hầu trông nom công chúa xinh đẹp. Dặn thực hiện mọi yêu cầu của công chúa.
Đêm 1 công chúa cởi truồng gọi hầu vào phòng ngủ. Kêu lạnh. Hầu lấy mền đắp cho công chúa.
Đêm 2 lại gọi. Hầu vào phòng không thấy có mền đâu nữa. Hầu lấy rèm cửa đắp cho công chúa.

Đêm 3 lại gọi. Không có mền, không có rèm. Hầu cởi áo đắp cho công chúa.
Vua đi trận về hỏi công chúa:

- Hầu có làm theo yêu cầu của con không ?
- Chả làm gì cả cha ạ.
- À... à.... Vậy thì mai chém.

Trước khi chết, hầu than vãn với đao phủ. Đao phủ bảo:

- Thấy đống rơm kia không ?
- Thấy.
- Ăn đi. Mày đúng là 1 con bò.

Tôi phá lên cười vì câu chuyện của em và tôi ngủ thiếp đi lúc nào không hay. Lúc đến trạm dừng chân, em quyết định đổi chuyến xe khác. Tôi nhanh tay giúp em lấy hành lý. Em đưa tôi tờ 100K. Tôi ngạc nhiên hỏi:

- Tôi chỉ muốn giúp em thôi mà.
- Anh cầm đi. Tiền này để anh mua rơm mà ăn. (Internet)

Tôi ngơ ngác không hiểu???

Cả nhà có ai không hiểu như em không?

2- ĐỪNG QUÊN THỬ TEST CÚM TẦU

Một cậu đi dạo mát với một bạn gái mới trông thấy 2 con chó đang "dính lẹo".

Cô ta hỏi làm sao con đực biết khi con cái sẵn sàng giao hợp? Cậu ta trả lời là "con chó đực ngửi thấy khi con cái rụng trứng xuống. Thiên nhiên như vậy".

Sau đó cặp đó này đi ngang qua một trại cừu thì thấy một chú đực đang nhảy với một con cái. Cô ta lại hỏi, sao con cừu đực này biết là con cái cần được giao hợp. Cậu ta trả lời: "thiên nhiên là như vậy, con đực ngửi thấy thì biết ngay".

Rồi chàng và nàng này đi ngang qua một đàn bò thì thấy một con bò đực đang làm tình với con bò cái. Cô gái nói lạ thật, tụi nó biết hay thật. Có đúng là con bò đực ngửi được khi con cái đang sẵn sàng? Chàng trả lời: "Thiệt mà, đó là thiên nhiên. Tất cả các thú vật đều ngửi thấy khi con cái sẵn sàng".

Sau khi đi dạo mát, chàng đưa nàng về nhà và mi vào má cô ta để chào tạm biệt.

Cô ta nói: "Hãy cẩn thận, nên đi thử nghiệm cúm Tầu".*

Chàng ngẩn ngơ??? (OTT)

3- CẬU SINH VIÊN NON CHOẸT

Một cậu sinh viên mới bước vào ngưỡng cửa Đại học. Trong lớp chàng có một cô sinh viên, đúng ra là một bà sinh viên thì đúng hơn vì bà ta đã có chồng và có nghề nghiệp khá giả rồi. Ngồi trong lớp học chàng ta cứ suýt xoa ngắm bà ta đi vào lớp học trễ với tà áo dài bay phất phới trước gió làm lộ một thân hình nẩy nở ba vòng đúng tần số, quyến rũ hết xẩy!

Một hôm bà ta nhờ anh chàng sinh viên non choẹt đó chở bà ta về nhà vì bà ta quên một chuyện gì đó. Chàng ta chở bằng xe gắn máy được bà ta cố ý cho bộ đào tiên cọ vào lưng.

Tới nhà, bà ta mời vào phòng, cậu sinh viên ngoan ngoãn ngồi chờ nàng. Nhà thì vắng tanh, bà ta hỏi chàng có cần gì không? Chàng ta tim đập hổn hển lắc đầu thơ ngây.

Sau khi trở về trường, cô/bà ta nói: "anh cần uống sữa thêm".

Thộn mặt!

4- ÁO DÀI PHẤT PHỚI

Một cậu sinh viên A.D. một hôm nào đó đi xe gắn máy ngoài đường thì gặp một cô nàng rất xinh đẹp mặc áo dài trắng phất phới. A.D. lẽo đẽo đi theo gợi chuyện, cô ta cũng đồng ý tiếp chuyện vui vẻ rất hợp và có duyên. Cô ta cho tên là K. D. và cho theo tới nhà. Nhưng khi vào trong phòng khách thì cô ta rút lui để bà mẹ ra phỏng vấn interview cho tới khi về mà không ra chào chia tay. Chàng ta bất mãn ra về và không thèm trở lại. Về sau A.D. nghĩ lại luyến tiếc là không tới sau đó nhất là khi gặp vài cô gái khác xinh xắn với áo dài trắng. Nếu trở lại thì sẽ sao đây?

5- Một anh chàng có gia đình rồi, một hôm đi công tác một mình ở một tiểu bang. Một cô/bà bạn gái ngày xưa đã có chồng nhưng nay available vì ly dị rồi biết tin đó đề nghị gặp nhau mừng mừng tủi tủi cô ta mời chàng đi ăn đãi bạn cũ ở phương xa tới. Ăn xong cô ta chở anh ta đi dạo du lịch xem thắng cảnh của tỉnh cô ta. Lúc đó cô ta ăn diện với một áo hở ngực để lộ hai trái đào tiên nẩy nở sung sức. Trời đã tối rồi, cô ta dẫn vào một cây cầu bộ hành có nhiều hoa leo rất thơ mộng lại vắng người qua lại. Cô ta mời chàng ta ngồi xuống trên ghế gỗ để ngắm cảnh. Cậu ta hiền lành ngồi ngắm hoa như cô ta khoe.

Trên đường về, sau khi chia tay, cô ta nói "anh mới ở VN sang Mỹ hả?" Anh chàng thắc mắc?

6- Trong một nhóm sinh viên y khoa và văn khoa có một anh chàng C.D. và một cô nàng T.D. gắn bó thắm thiết, cũng lại có một anh D.G. cũng thích cô ta nhưng vì nể anh bạn y khoa nên anh ta chỉ chiêm ngưỡng vòng ngoài mà thôi. Sau khi ra trường thì ai nấy đi một nẻo đường khác xa nhau, C.D. đi du học ngoại quốc còn T.D. ở lại VN. Chẳng bao lâu C.D. mắc bệnh hiểm ngèo và mất ở xứ xa lạ. Khi mất nước, T.D. lưu lạc tại một tiểu bang và sống với một anh chồng Mỹ. Một hôm D.G. (đã có gia đình) đi công tác ở tiểu bang đó và có liên lạc được với người xưa mà D.G. thầm ước. T.D. bỏ nhà lái xe 3-4 tiếng đồng hồ thăm D.G. và ở lại qua đêm. T.D. rủ uống rượu. Sáng hôm sau chia tay cả hai không vi phạm thuần phong mỹ tục hay ngoại tình gì cả. Vài ngày sau D.G. luyến tiếc nhớ mãi.

7- Năm 1981, một cậu sinh viên người Mỹ tên là Bruce đi trên một chuyến xe lửa liên tỉnh phía Bắc nước Pháp có gặp một cô tóc blond rất xinh đẹp tên là Sandra ngồi cạnh chung ghế. Hai cô cậu bắt chuyện dễ dàng và rất hợp ý cười đùa với nhau. Chả mấy lúc thì Bruce tới trạm xe lửa tỉnh mục đích của cậu, Bruce hôn cô ta nóng bỏng rồi chia tay nhau. Bruce lúc đó bốc đồng muốn trở lại lên xe lửa để cùng theo cô ta xem bị lôi cuốn đi đến đâu. Nhưng than ôi, cậu ta vội ngoáy viết địa chỉ của cậu vào một mảnh giấy nhỏ đưa cho cô ta. Gần như khi xe lửa chuyển bánh thì Bruce tiếc ngẩn ngơ là không đi theo tiếng gọi con tim.

Khi trở lại Hoa kỳ, Bruce nhận được một lá thư của Sandra viết "có thể là điên một tí, nhưng khi nghĩ lại đến anh, tôi mỉm cười". Nhưng có điều oái ăm là thư của Sandra không có đề địa chỉ người gửi trên phong bì. Về sau Bruce luôn luôn tự hỏi là nếu Bruce không xuống xe và ở lại với Sandra thì sẽ ra sao? (ngược lại Bà Victoria Spartz, gốc Ukraine, bị tiếng sét ái tình khi đi trên một chuyến xe lửa ở Kyiv, Ukraine, với một anh chàng Mỹ rồi theo anh ta về Mỹ sau đó trở thành Dân Biểu Quốc Hội Mỹ.)

Trên đây là vài mẫu chuyện luyến tiếc mà tôi biết chắc chắn là trong đời chúng ta không ít thì nhiều đều có vài chuyện mà chúng ta luyến tiếc. Theo bài ông David Robton viết có tác giả Daniel Pink đã sưu tầm được tới 16 ngàn chuyện luyến tiếc trong cuốn "World Regret Survey". Ông ta nhận xét là trẻ em dưới sáu tuổi chưa có khả năng tiếc nuối. Ông ta chia các luyến tiếc ra là bốn nhóm sau đây:

1- Tiếc là đã không chịu nhận trách nhiệm như trốn học, tiêu xài quá cỡ, hay không giữ gìn sức khỏe như nhậu nhẹt quá đáng, chơi cờ bạc không biên giới...
2- Táo bạo: tiếc là đã quá cẩn thận nên mất một cơ hội bằng vàng đổi đời.
3- Luân lý không cho phép như sự ngoại tình là một lý do rất thông thường.

4- Tiếc là đã cắt đứt những sợi dây liên lạc gia đình hay bạn bè hay trong sở làm vì những chuyện xích mích nhỏ mọn.

ĐỂ TRÁNH LUYẾN TIẾC:

Đáng chú ý nhất là hãy nối tiếp lại các sợi dây liên lạc
Khi muốn nhẩy vào một cơ hội có thể trở thành luyến tiếc thì nghĩ tới các hậu quả không tốt khổ đau nhất là phạm tới luân lý, hạnh phúc hay sức khỏe.

NHỮNG CÁCH CHỮA KHI ĐANG SỐNG VỚI LUYẾN TIẾC:

1- Hãy tự khai ra vì nếu cứ khăng khăng giữ mãi trong lòng sự luyến tiếc đó sẽ càng ngày càng gia tăng thêm, nhưng nếu khai ra thì nó sẽ nhẹ bớt. Nếu không muốn chia sẻ chuyện luyến tiếc với một người khác thì nên viết trong hồi ký/ký ức của riêng ta (hay gọi là journaling). Như vậy khi viết các cảm xúc của mình trên giấy sự luyến tiếc có chỗ thoát ra làm nhẹ đi.

2- Cách khác là tự thương mình (self-compassion) hơn là tự trách mình (self-toxic criticism) đã quyết định sai lầm. Đừng nghĩ mình là một kẻ thất bại mà cho sự luyến tiếc đó là chỉ xảy ra tại mình nhưng nên nhớ là mình không có gì đặc biệt riêng mình cả. Nghiên cứu cho thấy là tự trị thương mình sẽ bớt stress hay bớt làm buồn rầu sớm. Hơn nữa nó sẽ làm thay đổi cách suy nghĩ của bạn trong tương lai. Hay nói một cách khác, khi bạn đã ý thức được cái sai lầm bạn đã lầm về sau bạn sẽ quyết định dễ hơn.

3- Chót hết nên thử cách gọi là xa cách (self-distancing) như là bạn ngó xa trên chuyện luyến tiếc của bạn hay là tưởng tượng khuyên một người bạn có chuyện luyến tiếc xảy ra tương tự như bạn, với cách đó bạn sẽ nghĩ với một khiá cạnh triết lý không bị ô nhiễm bởi sự xúc động bồng bột của bạn.

"If you love something, set it free.
If it comes back, it was yours.
If it does not come back, it was never meant to be". Richard Bach

Trở về chuyện chàng Bruce, anh ta cố lấy lại tinh thần vì chuyện luyến tiếc to tát đó bằng cách viết lên mục Tìm Kiếm của hãng Craiglist Paris với hy vọng là anh ta cuối cùng được gặp lại người mơ ước. Anh ta không thay đổi được quá khứ nhưng anh ta chấp nhận chuyện luyến tiếc đó để xoa dịu quãng thời gian đã mất qua đi.

KẾT LUẬN: "God grants me the serenity to accept the things I cannot change, courage to change the things I can and wisdom to know the difference", Reinhold Niebuhr.

THAM KHẢO:

*cúm Tầu làm mất khứu giác và vị giác.

Sưu tầm trên Internet

"Nếu biết rằng em đã lấy chồng..", TTKh (Trần Thị Khánh?)

How to live with your regrets, David Robson (BBC Worklife)

The Power of Regret, Daniel Pink.

The worst person in the world: 2021 film

Nuối tiếc: Trịnh Nam Sơn

**On a train (Washington Post 2 Mars 2022) hình kèm sau đây:

ADDENDUM: LUYẾN TIẾC

(From Internet):

ĐỪNG VÌ CHỮ "ĐỢI" ... HỐI HẬN KHÔNG KỊP:

1. Đợi con lớn lên.
2. Đợi kinh tế ổn định.
3. Đợi lãnh tiền lương.
4. Đợi chồng/vợ em đồng ý.
5. Đợi công việc làm công ăn lương ổn định.
6. Đợi có thời gian rảnh.
7. Đợi nghiên cứu thêm.
8. Đợi suy nghĩ.
9. Đợi tìm hiểu.

10. Đợi học xong và lấy bằng tốt nghiệp.
Đợi... Đợi... và để rồi... đã muộn

- HÃY CHẢI ĐẦU KHI CÒN TÓC
- HÃY ĐÁNH RĂNG KHI CÒN RĂNG
- HÃY LÀM ĐẸP KHI CÒN ĐẸP
- HÃY ĐI KHI CÒN CÓ THỂ ĐI
- HÃY NẮM LẤY CƠ HỘI KHI CÒN CÓ THỂ - ĐỪNG ĐỢI ĐẾN KHI PHẢI NÓI 2 CHỮ "GIÁ NHƯ"

Nhân sinh có 6 điều không thể chờ đợi...

- Nghèo khó không thể đợi, bởi vì thời gian lâu rồi, bạn sẽ chết vì đói.
- Khỏe mạnh không thể đợi, bởi vì thân thể một khi suy kiệt rồi, hết thảy mọi thứ đều vô nghĩa.
- Giáo dục không thể đợi, bởi vì cây non mà xiêu vẹo, thì khi trưởng thành rất khó để uốn nắn.
- Hiếu kính không thể đợi, bởi vì cha mẹ mất rồi, muốn hiếu kính cũng chẳng còn cơ hội.
- Tình bạn không thể đợi, bởi vì không có bạn, muốn thoát khỏi trạng thái cô đơn có lẽ chẳng hề dễ dàng.
- Thanh xuân không thể đợi, bởi thời gian trôi qua, có nhiều tiền nữa cũng không mua lại được.

- - - - - - - - - - -

Cuộc sống luôn ẩn chứa những điều bất ngờ mà bạn khó có thể lường trước. Đời người như bóng câu qua cửa sổ, chỉ thoáng chốc thôi là sinh mệnh đã trở về với đất.
Cuộc sống này ngắn ngủi là vậy! Cho nên, cần tận dụng thời gian, làm những việc có ý nghĩa mới là quan trọng nhất.

Quý trọng duyên phận, quý trọng thời gian, chính là quý trọng tính mạng của chính mình. Trân trọng mỗi phút giây được sống, trân trọng mỗi một tấm chân tình, trân trọng lấy những gì mình đang có... để tránh những tiếc nuối muộn màng!

BS Nguyễn Dương

MÉMOIRES DE MA JEUNESSE

Note de l'auteur : Le 'moi' est haïssable, mais pour écrire une autobiographie on doit utiliser 'je'. Pure et simple.

Désolé.

Dương Nguyễn

MÉMOIRES DE HANOI

Je suis né à Hanoi, Nord Vietnam.

Mon père venait d'une famille de 4 frères et 2 sœurs qui vivait à Hà Nam, au sud de Hanoi. C'était un petit village endormi à côté d'une rivière ondulante parmi des collines calcaires. Il était le premier des habitants du village qui avait réussi l'examen pour être secrétaire auprès du Consulat de France à Hanoi. Sa famille à Hà Nam avait des moyens financiers modestes. En travaillant au Consulat, il a gagné la main de ma mère qui était une de quatre filles de Mr. Đỗ Thận et de Mme Hoàng Thị Phú.

Mes parents

Mes grandparents maternels

Mon grand-père maternel était un éducateur bien connu à l'époque à Hanoi. Il avait publié beaucoup de livres pédagogiques pour les écoliers vietnamiens (les premiers livres de cette catégorie). Il était nommé Officier Mandarin (Quan Bố Chánh) de la Cour

Impériale à Huế au centre du Vietnam. Il était aussi membre de la société Tự Lực Văn Đoàn (similaire à l'Académie des Lettres).

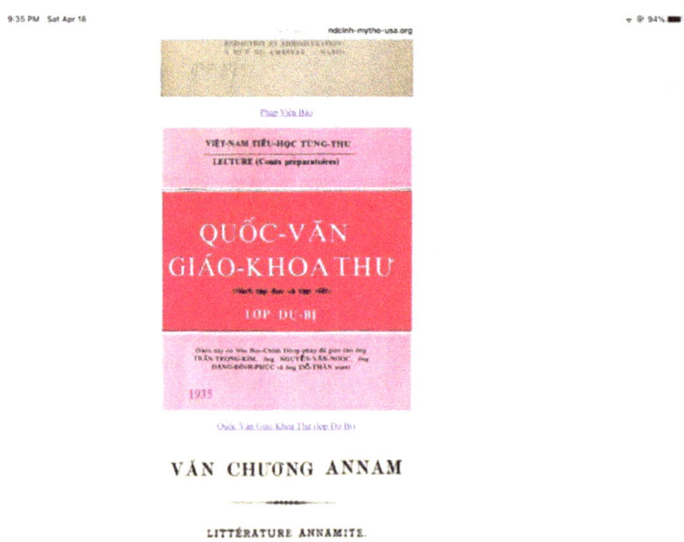

Parmi ses collaborateurs étaient Mr. Hoàng Cao Khải (Vice-roi du Tonkin) et Mr. Trần Trọng Kim (Premier Ministre de l'Empire du Vietnam, Chevalier de la Légion d'Honneur). Sa femme venait d'une famille riche de commerçants.

Leur maison était située dans une des fameuses 36 rues de Hanoi (vieux quartiers de Hanoi). C'était une maison à deux étages et un largeur d'approximativement 400 mètres, possédant 2 étables. Mon père, enthousiaste de chevaux pur-sang, en possédait trois nommés Attila, Passe-partout et Diamant.... Il aimait la chasse aussi: je me souviens d'une photo de lui avec un fusil de chasse, à côté d'une voiture avec un chevreuil attaché à l'avant. Notre maison avait un arbre de pamplemousse dans la première cour. Dans la seconde cour, il y avait un réservoir pour accueillir l'eau de pluie qui était plus délicieuse à boire que l'eau courant potable. Une plante de bétel grimpait au mur près du réservoir. Il y avait également un arbre qui donnait des fruits pomme-crème. La dernière cour au bout de la maison avait un mûrier planté dans un coin clôturé où on élevait des poules pour avoir des œufs frais. Il y avait aussi, dans la dernière cour, un abri anti-aérien qui servait de protection contre les bombes (on l'appelait la 'tranchée'.

Étant secrétaire du Consulat, mon père parlait le français, il aidait donc son frère, mon oncle, pour procurer de la dynamite pour miner des collines calcaires à Hà Nam et exploiter le calcium pour le commerce. On peut dire que grâce à mon père, mon oncle avait acquis une fortune et ainsi améliorait les conditions financières du côté paternel de notre famille.

Ma famille était une famille nombreuse: 16 frères et sœurs dont 2 sont morts pendant leur enfance. J'étais le neuvième de la famille. On vivait confortablement chez nos grands-parents qui étaient aisés. Mon grand-père possédait en plus un ranch au village Bưởi (près du sud de Hanoi). Il y avait creusé 2 emplacements pour les tombes destinées pour lui-même et sa femme, ma grand-mère. Il y avait aussi un cercueil en bois de teck, renommé par sa longue durée de décomposition ; mon grand-père l''avait mis en pleine vue dans le salon de la maison.

Mon père, avec sa connaissance du français, naturellement, élevait ses enfants (moi-même, mes frères et sœurs en français et les envoyait aux lycées français Petit Lycée Rollandes et Le Lycée Albert Sarraut à Hanoi) au lieu des écoles vietnamiens. Comme mes camarades de classe, je n'étais pas confortable, ou plutôt je ne savais pas pourquoi nous devions réciter par cœur "Nos Ancêtres Sont des Gaulois" selon les rigueurs du curriculum colonial français.

Viet Minh usurpation of power at Ba Đình Hà nội 1945

J'allais à l'école à pied (c'était une courte distance) avec mon petit frère Q. passant le long du Lac Hoàn Kiếm. Quelquefois, en retournant à la maison, nous attrapions des têtards et puis les relâchaient après. Pendant la saison des 'sấu' (un fruit de la taille d'une bille de 2 cm de diamètre qui sont acides quand ils sont verts mais délicieusement sucrés quand ils sont mûres), nous essayions de les cueillir utilisant une longue branche. Nous jouions à 'cache-cache' avec les enfants de notre âge (10 ans) sur les trottoirs près de chez nous. Une fois, j'avais 'attrapé' une fille, je ne me rappelle plus son nom: c'était la première fois que j'avais 'touché' une fille dans ma vie ! Avec l'argent de poche que ma mère me donnait, j'achetais une glace – une Eskimo – c'était délicieux. Des autres fois, j'avais osé d'acheter un bol de 'phở' chez un marchand ambulant et je l'avais mangé tout seul, j'avais très peur car, à l'époque, j'étais un gosse qui avait à peine 10 ans. Mon père m'avait acheté une petite bicyclette avec 2 petites roues de support, une à chaque côté, pour qu'elle ne puisse pas tomber et il m'avait conduit dans les rues autour de la maison.

Note: En ce moment où j'écris ces lignes (dernière semaine du mois de Mai 2021), il y a une invasion des cigales (type Brood X) qui sort du sol chaque 17 années à Washington, D.C. et en Virginie. Ceci me rappelle mon temps à Hanoi où je me forçais à me réveiller à l'aube pour aller 'récolter' les cigales en train d'émerger de leurs chrysalids qui grimpaient sur les troncs d'arbres près de l'hôpital Phủ Doãn (le plus grand hôpital de Hanoi à l'époque), à côté de chez nous. Nous emportions les cigales et les mettions dans nos moustiquaires pour observer leur développement et le durcissement de leurs ailes.

Denounced landlords executed publicly by the communist regime

En 1954, en été, nous avions passé une semaine de vacances à la plage de Đồ Sơn, une ville près de Haiphong, à une ou deux heures de voyage à l'est de Hanoi. Nous y avions dévoré des crevettes frites enrobées de pâte, grâce à une cousine qui avait un restaurant à la plage. Les crevettes étaient très savoureuses, surtout car nous avions faim après avoir joué dans les vagues. A l'époque, je trouvais que la vie passait d'une façon assez monotone.

Un jour, j'avais vu dans un journal une photo des parachutistes qui sautaient à Điện Biên Phủ, je ne connaissais rien de la guerre des Français et des nationalistes vietnamiens contre les communistes Việt Minh. Mon père me l'avait raconté plus tard. Après la défaite des Japonais qui avaient occupé le Vietnam à la fin de la deuxième guerre mondiale, l'empereur du Vietnam, Bảo Đại, avait nommé Mr. Trần Trọng Kim son Premier Ministre. Les vietnamiens nationalistes assemblaient spontanément à l'Hôtel de Ville de Hanoi pour fêter l'indépendance quand, soudainement, un petit groupe des communistes déployait un drapeau communiste au balcon de l'édifice. Un gars de ce groupe brandissait un revolver et tirait ... Il haranguait la foule comme si c'était une révolution des communistes pour assumer le gouvernement de Mr. Kim. Naturellement, les français revenaient pour réclamer sa colonie et la guerre du Vietnam commençait entre les communistes qui usurpaient le gouvernement contre les nationalistes qui combattaient avec les français.

Je me rappelais très bien cet après-midi-là à Hanoi en plein canicule, l'asphalte des rues commençait à fondre, des camions à citerne d'eau arrosaient les rues poursuivies par des enfants qui s'amusaient dans l'eau froide et calmante. J'étais en train de jouer aux billes avec mes camarades sur le trottoir devant ma maison. Mon père m'appelait pour rentrer tout-de-suite. Je ne comprenais pas pourquoi. Mon père m'avait dit que je devais rentrer pour préparer à partir le lendemain pour Saigon au sud Vietnam. C'était un jour avant la signature de la Conférence de Genève (20 Juillet 1954) pour la partition du Vietnam en deux pays différents, le Nord sous les communistes et le Sud sous nationalistes, séparés par le fleuve Bến Hải au 17ème parallèle au nord de Huế.

Mon père avait entendu des rumeurs et décidait de partir bien avant l'assaut des communists féroces qui tuaient tous les gens qui avaient travaillé avec les coloniaux français. Un cousin du côté de ma mère était noyé par son fils adoptif sous l'ordre de Hồ Chí Minh parce qu'il avait pardonné un membre du parti nationaliste Quốc Dân Đảng (Koomintang Vietnamien). Il était le Chef de Police du Tonkin (Nord Vietnam) pour HCM! On parlait des executions commises par les communistes punissant ceux qui avaient des liaisons avec des autorités coloniaux français. On entendait également des anecdotes concernant le "Đấu tố" (la dénonciation des riches propriétaires capitalistes), ces tribunaux primitifs des partisans communistes condamnaient à mort sur place tous les capitalistes pour avoir profité de la sueur du prolétariat. Mes grands frères et grandes sœurs étaient déjà partis à Saigon avec leurs époux. Je ne sais pas pourquoi mon père m'avait choisi pour aller seul avec lui à Saigon. Il avait laissé sa femme, ma mère, pour conclure des affaires financières de la famille, avec mes petits frères et sœurs. Je savais plus tard que, grâce à ses connections, il serait le Chef du Budget pour le Ministre des Affaires Sociales du nouveau gouvernement du Premier Ministre Ngô Đình Diệm.

Ce voyage était la première fois que je voyageais dans un avion. C'était un DC-3 de la compagnie Cosara; une hôtesse blonde m'avait donné du chewing gum à mâcher. Jusqu'alors, je n'avais jamais vu ni connu ce bonbon. Mon père m'expliquait que c'était pour atténuer la douleur des oreilles quand il y avait une chute de pression dans la cabine dû à l'altitude.

MÉMOIRES DE SAIGON

Nous nous retrouvions maintenant à Gia Đinh, un faubourg au nord de Saigon où un ami de mon père nous hébergeait. Le premier repas était un bol de vermicelle chinois que nous dégustions rapidement car nous avions faim. Le lendemain, mon père allait chercher du travail. Il me laissait tout seul dans un milieu étranger: on parlait le vietnamien mais avec an accent différent, on déchirait la monnaie, 'une piastre', en deux quand on voulait payer 50 cents (la moitié d'une piastre), on comptait 12 ou même 14 ou 16 pour une dizaine de fruits, ce qui montrait que le Sud était plus riche que le Nord. Le delta du Mékong était fertile et les gens moins nombreux. Quelquefois mon père et moi utilisaient l'autobus (il n'y avait pas d'autobus à Hanoi, uniquement le tramway).

Mon père cherchait une maison à louer pour accueillir le reste de la famille, ma mère et mes sœurs et frères qui allaient nous rejoindre 20 jours plus tard.

À l'aéroport Tân Sơn Nhất, c'était le chaos total. La plupart des gens n'avaient pas d'expérience de voyager en avion, en plus, il y avait le choc terrible de séparation dans chaque famille (pour rejoindre mon père, ma mère devait laisser ses parents au nord, ils étaient très vieux et malades). Elle devait surveiller attentivement ses 5 enfants: profitant du brouhaha à l'aéroport, un voleur avait pris la valise de ma mère, celle dans laquelle elle avait mis tout le trésor de la famille (diamants, or, argent et perles). Au moment du vol, je n'en savais rien et mes parents n'avaient jamais exprimé leur dépression au sujet de ce malheur. Plus tard, peu à peu, on m'avait raconté l'histoire. Mes parents n'avaient jamais indiqué qu'ils étaient affectés par cet incident: ils acceptaient leurs pertes stoïquement. Il y a un dicton vietnamien: 'Của Thiên Trả Địa' que l'on peut traduire par 'Fortune gagnée au ciel – retournée à la terre'.

La vie continuait ...

Le gouvernement du Premier Ministre Ngô Đình Diệm donnait 700 piastres (l'équivalent grosso modo de 100 dollars US dans ce temps-là : le tarif d'un voyage en autobus était la moitié d'une piastre. Je me souviens de l'image du contrôleur tenant une pile de piastres déchirées en deux (liée avec un élastique) pour chaque émigré, le même montant pour les adultes que pour les enfants. Mon père louait une maison de 4 pièces pour nous héberger : mes 7 sœurs et frères et moi-même (les autres étaient déjà mariés et vivaient séparément).

Chaque jour, une voiture emmenait mon père au travail et cela m'impressionnait énormément car nous n'avions pas de voiture à Hanoi. Mon père était le Directeur du

Service de Comptabilité (Budget) au Ministre des Affaires Sociales. Et pourtant, son salaire était considérablement réduit par rapport avec sa vie à Hanoi où il avait été aidé par la famille de ma mère. Il ne pouvait pas envoyer tous ses enfants aux lycées françaises qui coutaient très chères. Alors, il avait choisi mon grand frère H. pour qu'il termine ses études (le baccalauréat) et moi même. Je me sentais endetté envers lui à cause de son sacrifice et son choix.

Ma première année (7ème) au lycée Chasseloup Laubat était pleine d'expériences dures et difficiles. Mon institutrice, nommée Bégat, était très sadique. Il me semblait qu'elle se réjouissait en giflant tous ses élèves à la moindre infraction des règles ou des fautes. Elle obligeait ses élèves de marcher en file pour recevoir des gifles ou elle frappait leurs mains avec une règle en bois. Quand il arrivait un jour que je ne subissais pas de gifle c'était pour moi un miracle. J'endurais ce traitement et je passais l'examen pour entrer en classes secondaires (6ème).

Dans des classes secondaires, on ne souffrait plus de punitions corporelles mais il y avait d'autres formes de punition. Par exemple, rester en classe quelques heures après la fin de la journée ou rester en classe le samedi sous les yeux menaçants du surveillant général, Mr. Giuntini (on l'appelait Bù Lệt). On lui avait donné ce sobriquet de Bù Lệt car il intervenait fréquemment dans les bagarres entre écoliers qui projetaient des cartouches en papier pliés (ou boulettes, d'où venait son sobriquet) avec une bande élastique. Plus tard, j'apprenais qu'il n'était pas méchant du tout mais son titre nécessitait sa conduite menaçante.

Mes études au lycée continuaient doucement: je pensais que je n'étais pas intelligent mais malgré cela, j'avais passé la première partie du baccalauréat avec la mention « assez bien ». Maintenant, avec confidence, je me suis enregistré en mathématiques élémentaires pour la deuxième partie. Je ne connaissais pas encore la direction de mon futur. (Pour poursuivre des études de médicine, c'était mieux d'être enregistré en sciences naturelles). Il y avait deux classes pour les mathématiques élémentaires, 1 et 2. La classe dans laquelle je me trouvais était Math. 1. À cette époque, le Lycée Jean Jacques Rousseau était pour les garçons et le Lycée Marie Curie pour les filles. Mais au Lycée Marie Curie, il n'y avait pas de classe de mathématiques; les filles devaient se rendre au Lycée Jean Jacques Rousseau pour apprendre les mathématiques.

La vie écolière passait monotonement. Comme nous poursuivions des études françaises, nous étions exposés à la culture occidentale. Nous écoutions de la musique française, par exemple, les 45 et 33 tours de Sylvie Vartan, « Ce soir je serai la plus belle pour aller danser », Françoise Hardy qui chantait « Tous les Garçons et les Filles », et Dalida avec « Itsy bitsy teenie weenie bikini ». Nous écoutions également la musique anglo-américaine avec Doris Day qui chantait « Que sera, sera », Brenda Lee avec « I'm Sorry », Elvis Presley avec « Your Cheatin' Heart », The Platters avec « Only You », Pat Boone avec « April Love » et « Love Letters in the Sand », Chubby Checker avec « Let's Twist Again », Petula Clark avec « Cerisier et Pommier Blanc », Johny Mathis avec « A Certain Smile » et The Beatles avec « Yesterday ». Et nous regardions les acteurs de cinéma (Alain Delon, Gary Cooper, etc.) et les actrices (Brigitte Bardot, Sandra Dee, Audrey Hepburn, Kim Novak, Gina Lollobrigida, Sylvana Mangano, Claudia Cardinale, etc.).

Comme les dancings étaient interdits par Mme Ngô Đình Nhu, on avait quelquefois les « boum » secrets où on servait les boissons de soda, pas de bière ou de vin (peut être parce que le budget des écoliers était maigre). Je me rappelle qu'une fois il y avait un « boum » organisé par un camarade Trần Minh Quang au premier étage de sa maison et près de cette location, il y avait une "bố ráp" lancée par la police locale pour attraper les délinquants. Nous apprenions comment danser avec nos camarades. Une fois, j'avais eu l'occasion de voir le film Summer of '42, avec Jennifer O'Neill, on en rêvait après ...

Après mon Bac Math, je ne savais pas quelle serait la direction de mes études universitaires. À l'époque, mon père, comme presque tous les parents vietnamiens, voulaient que leurs fils deviennent médecins et que leurs filles des pharmaciennes. Moi, je voulais être un pilote avec son uniforme qui attirait les filles, mais à vrai dire, ce n'était pas une grande passion. Pour satisfaire mon papa, je me suis enregistré au concours de l'année pré-médicale: APM (Année Pré-Médicale). C'était la première fois au Vietnam qu'on devait passer ce concours pour choisir les 200 candidats parmi deux milles étudiants pour poursuivre les études de médecine. Les années précédentes, on pouvait choisir librement (il n'y avait pas de concours), le PCB (physique, chimie, biologie), le SNPC (sciences naturelles, physique, chimie) pour un an. Si on réussissait, on pouvait entrer dans la première année de médecine.

Je ne prenais pas des études de préparation très sérieusement car, au fond de mon cœur, je ne sentais pas que j'avais une direction spécifique dans ma vie. La nuit avant l'examen du concours, j'étais dans un cabaret avec deux de mes amis. Le lendemain, je me rendais à la Faculté des Sciences pour le concours. Pendant l'examen de concours en APM, je me suis rendu compte que la fille de Mr. Ngô Đình Nhu (Ngô Đình Lệ Thủy) prenais le même examen que moi, mais elle avait échoué, malgré les pressions du gouvernement du Président Ngô Đình Diệm sur le doyen de la Faculté de Médecine à Saigon. Je l'avais vue dans le même amphithéâtre que moi quand je prenais le test. Elle est morte dans un accident sur l'autoroute en France quelques années plus tard. J'étais désolé pour elle.

Alors, j'étais dans la classe de l'APM (Année Pré-Médicale) et j'étais parmi les premiers 30 étudiants de la classe. Dans ce temps-là, les étudiants comme moi qui avaient eu une éducation française, avaient un avantage parce que l'éducation médicale était en français (nos professeurs étaient presque tous éduqués en France). Et pourtant, nous étions la minorité (dans mon groupe de 16 étudiants, 3 seulement avaient le bachot français), parce que le concours était ouvert à tous, ceux qui avaient eu une éducation secondaire en français ou en vietnamien. Mes camarades dans mon groupe étaient donc très intelligents: ils devaient traduire du français au vietnamien et prendre des notes; c'est-à-dire ils prenaient beaucoup de temps à assimiler les études et pourtant ils réussissaient. Je devais admettre que mon succès dans mes études médicales dépendait un peu d'eux. Je devais faire tous mes efforts pour maintenir le niveau: étudier, étudier et étudier. Il n'y avait donc pas de temps pour courir après les filles! Comme j'avais écrit précédemment, je n'avais pas approché ma future profession médicale ayant choisi la médicine comme premier choix. Pourtant, c'était comme si mon destin était déjà écrit ; j'avais passé sans effort l'examen de concours pour faire des études médicales. C'était l'Année Pré Médicale ou l'APM établie pour la première fois au Vietnam en 1962.

L'année de l'APM commençait dans un large amphithéâtre de la Faculté de Médecine, une branche de l'Université de Saigon. Lors de nos études primaires et secondaires, nous étions placés dans une petite chambre hébergeant à peine 40 élèves. Tandis que maintenant, c'était une espace caverneuse occupant un immeuble tout entier. Nous nous retrouvions comme des grains de sable sur la plage. Tout était nouveau pour moi, je n'avais pas de camarades comme j'en avais avant, car pendant mes études primaires et secondaires, chaque fois que nous changions d'année, nous avions plus ou moins les mêmes camarades de classe. Lors de l'année de l'APM, j'étais perdu dans la masse.

Comme Aristote et Montesquieu avaient déclaré: « L'homme est un animal social»; je devais absolument avoir des camarades de classe. Alors, j'avais abordé un petit groupe d'étudiants de formation vietnamienne (P.G. Cổn, B.N. Tô, N.M. Diễm et un autre dont je ne me souviens plus son nom); ayant bavardé de temps en temps ensemble, nous formions un petit groupe.

L'année de l'APM commençait avec l'élection des étudiants qui devaient représenter notre classe. Mon petit groupe de camarades m'avait poussé d'être un des 3 représentants parmi les 5 candidats. Ils étaient convaincus que je serais un candidat formidable étant donné que j'avais une formation française. Naïvement, j'avais accepté le challenge. Je devais préparer un discours pour haranguer la classe de 200 étudiants que je considérais comme une foule comparée à une classe de 40 écoliers comme dans mon passée. En plus, je n'avais pas du tout d'expérience de parler en public! Ce n'était pas comme aujourd'hui. De nos jours, les grand enfants sont habitués à parler devant la classe et même devant tout l'école (comme Xuân Mai, Thu Lan, Liam et Aiden) quand il y a des réunions.

Lors de ma jeunesse, la formation d'éducation française était différente de nos jours. La seule expérience que nous avions de parler « en public » c'était de réciter des textes appris par cœur devant les écoliers de notre classe que nous connaissions plus ou moins bien, sous les yeux menaçants de nos instituteurs qui nous faisaient rater nos récitations. En bref, nos expériences avaient eu lieu plutôt dans une ambiance de crainte et étaient loin d'être un souvenir agréable de parler en public et de réussir dans l'avenir.

Retournant à ma présentation, je préparais un petit discours et le présentais à mon groupe qui l'approuvait tout de suite (comme moi, ils n'en avaient pas d'expérience non plus). Ce n'était pas du tout comme aujourd'hui où l'on a la luxe de pratiquer cet art en suivant des cours de Toastmasters International, comme font beaucoup de politiciens avant de parler en public. Mon groupe était assis dans la dernière rangée de chaises de l'amphithéâtre. J'avais entendu les 2 premiers candidats, mais je ne comprenais rien, leurs discours entraient dans une oreille et sortaient rapidement de l'autre; j'étais trop occupé à répéter mon propre discours. Mon cerveau tournait en rond et mon cœur battait rapidement. On annonçait mon nom, je m'élevais comme un robot et commençais à descendre les marches pour aller au podium. La classe applaudissait, mais je ne sentais rien, pas d'émotion, mon visage portait la masque d'un sourire artificiel. Je récitais mon discours comme au lycée, sauf que je n'avais pas les bras croisés. Je parlais rapidement mais sans vigueur comme des orateurs que j'avaient vus plus tard dans les films. Finalement, j'avais terminé mon discours.

Je ne me souvenais pas du contenu de ce discours (peut-être j'avais assuré mes camarades qu'avec ma formation française je pouvais aider à prendre des notes pour la classe). On applaudissait, je quittais le podium le plus vite possible avec mes mains élevées comme si j'étais victorieux (en formant un 'V') ! J'étais voté le 4ième candidat donc échoué.

Après l'année APM, c'était la première année médicale, nous pouvions porter la blouse blanche avec une étoile qui indiquait que nous étions en première année. Dans notre classe de plus ou moins 200 étudiants, nous commencions à connaître nos camarades de classe. À l'époque, je considérais que la plupart des étudiantes (environ une quarantaine) n'étaient pas très attrayantes (elles étaient très sérieuses et avaient l'air des rats de bibliothèques). Je pensais que, point de vue de beauté, seulement une dizaine étaient acceptables et trois ou quatre étaient attrayantes.

Notre classe d'anatomie débutait dans une mortuaire avec des cadavres séchés et imbibés de formol. Une fois dans une séance, nous entendions un cri qui déchirait l'atmosphère: une étudiante avait mis sa main dans la poche de sa blouse blanche et y trouvait un pénis que quelqu'un avait glissé dedans. La classe était suspendue par le professeur et le coupable reste toujours inconnu jusqu'à ce jour! Une note: dans ce temps, les représentants de classe devaient choisir les personnes responsables pour prendre les notes de classe et après de les imprimer utilisant une machine Ronéo, et, finalement, de distribuer les feuilles imprimées parmi les étudiants. J'étais responsible pour le cours en Santé Publique et Médecine Préventive. (avec ironie car plus tard j'étais sélectionné pour être spécialisé en Santé Publique et Médecine Préventive en Amérique).

La vie continuait... Pendant la première année, il avait un concours pour entrer dans l'École de Santé des Armées. Mon pays était en guerre contre les communistes et l'Armée avait besoin des médecins. Tous les nouveaux docteurs devaient servir dans l'Armée pour au moins deux ans sauf ceux qui n'étaient pas physiquement capables ou qui avaient des conditions familiales extrêmement difficiles. Comme j'étais maintenant adulte, je sentais que je ne pouvais plus dépendre de mes parents pour pourvoir à mes besoins pendant mes études médicales. Si j'entrais dans l'École de Santé des Armées, je pourrais avoir un salaire mensuel pour payer pour mes nécessités et je serais médecin militaire après ma graduation. J'avais pris l'examen et comme si mon avenir était déjà décidé par mon Dieu, j'avais passé l'examen facilement: j'étais le deuxième entre 40 choisis parmi une centaine de candidats malgré la manque de préparation de ma part. Pour devenir médecin dans l'Armée, la vie était très exigeante. À côté des études rigoureuses de la médecine, nous devions également accomplir toutes les exigences militaires de l'École de Santé des Armées. Mais finalement, j'avais réussi !

En rétrospectif, je dois avouer que si j'ai réussi mes études de médecine, c'était à cause des raisons suivantes:

1- J'étais dans les deux premiers groupes (groupe B) : Mes camarades dans mon groupe étaient très intelligents (rappel : ils étaient de formation vietnamienne et pourtant ils réussissaient aux examens réguliers en classe) ; je dois admettre que je ne suis pas intelligent. Mon orgueil de formation française m'avait forcé d'étudier comme eux.

2- L'École de Santé des Armées m'avait obligé de réussir car si je râtais des examens, j'aurais dû rejoindre l'armée comme un soldat régulier dans la guerre.

3- Et pour corollaire : étant dans un group « intelligent », j'étais invité par mon ami Nong Sai Yeng de joindre son petit groupe pour étudier pour la ECFMG (Educational Commission for Foreign Medical Graduates) qui serait un grand avance pour ma vie d'émigré aux États Unis d'Amérique. (Le Certificat ECFMG est l'équivalent du diplôme de Docteur en Médecine aux États Unis). Merci mon vieux ami.

4- Mais de loin, c'était surement le conseil de mon père qui voulait que j'étudie la médecine et sa décision de me mettre dans l'éducation française. Je suis très endetté envers mes parents qui sacrifiaient beaucoup pour que j'aie la vie que j'ai vécue.

Nguyễn Dương (révisé par Valérie Pérales)

Juillet 2021

Một Chuyến Đi Độc Nhất Vô Nhị:
Du Lịch Trên Thuyền Yacht Ở Biển Caribbean

Một buổi tối bình thường thứ 7 trước khi đi ngủ, N. xem email thì nhận được một thư của DAC mời đi du lịch trên thuyền yacht. Cái gay cấn là phải trả lời ngay ngày mai chủ nhật để lên tàu vào ngày thứ hai.

Vì mới đi chơi tránh lạnh ở Florida về ngày hôm kia nên phản ứng đầu tiên là chắc phải từ chối lời mời vì quá gấp rút nhưng N. chưa trả lời ngay. Vốn tính khó ngủ sáng chủ nhật khoảng hai giờ sáng ngủ không được, N. nghĩ lại lời mời đó vì trên đời này muốn đi du lịch bằng yacht đâu có dễ đâu! Nhiều lần khi N. đi nghỉ mát ở nhà cháu gái DH ở East Hampton, New York, nơi mà các siêu đại gia tư bản tỷ phú hay tài tử xi nê nổi tiếng giàu sụ có nhà to cửa rộng khoe của N. đã từng thấy hằng ngày nhiều du thuyền yacht lộng lẫy cập bến ở Sag Harbor, Long Island, NY. N. và gia đình lúc đó chỉ có quyền đứng ngắm thế giới đại gia hưởng phú quý. Các du thuyền to lớn có thể chứa cả 60-70 người với thủy thủ đoàn trên dưới 30 người như thuyền trưởng, tiếp viên, đầu bếp, kỹ sư cơ khí và các người giúp việc nặng nhọc như lau chùi khuân vác v.v... Họ rất trẻ trung khoẻ mạnh ăn mặc rất hợp thời trang quần áo giày dép trắng như các tay đánh quần vợt quốc tế.

Thế là N. nghĩ lại và tìm hiểu thêm trước hết bằng cách xem có vé máy bay nào hợp với túi tiền. N. check hãng Kayak lẫn Price Line thì rẻ nhất muốn bay ngay từ Washington DC tới St. Maarten ở biển Caribbean là 1,600 đô một người. N. khựng ngay vì thấy quá đắt. Thế là N. bỏ ngay ý định đi và kiếm cách ngủ tiếp. Nhưng trong đầu óc N. vẫn lẫn quẩn nên làm khó ngủ thêm nên N. quyết định trả lời cho DAC là vì gấp rút quá mới lại mới về từ đảo Antigua, Jumby Bay năm ngày trước khi đi Florida nên xin kiếu. N. cũng chuyển email này cho các con để "khoe" là N. được mời đi yacht mà N. từ chối không đi.

6 giờ sáng chủ nhật khi check email lại thì 2 cô con gái VH và DH thúc dục N. nên đi. Nhất là DH lại còn nói là nó đã check du thuyền O'Mega đó là rất lộng lẫy như nó có dịp được mời đi một du thuyền tương tự đó.

Để làm "ngọt" cái mời đó DH thả thêm là DH và các anh chị DH sẽ mua tặng vé máy bay cho N. và bà xã nhân dịp đúng ngày sinh nhật bà xã trong thời gian đó. N. nghĩ lại lời mời của DAC và trả lời các con là N. đã từ chối rồi. Nhưng DH năn nỉ N. nghĩ lại vì đi du thuyền yacht đó là cả một chuyện rất đặc biệt không nên bỏ qua. N. đành phải gửi lại cho DAC là có cho rút lại lời từ chối. DAC chấp nhận ngay.

Thế là "khủng hoảng" bắt đầu phải thanh toán:

1- chuyện vé máy bay phải biết giờ giấc để tới cùng lúc với nhóm của DAC ở St. Maarten lẫn phải biết tàu yacht đậu ở bến nào và làm sao mà đi từ phi trường St. Maarten tới chỗ tàu đậu. Một loạt email đi/gửi lại với DAC để có chi tiết (phải cám ơn rất nhiều DAC vì nghĩ rằng DAC trong lúc đó cũng rất bận rộn lo cho gia đình DAC đi theo và những bạn bè khác của DAC)
2- phải cancel hẹn BS của N., cancel ngày làm việc từ thiện, cancel báo đưa tại nhà, cancel 2 nhóm bạn mạt chược (khá khó khăn vì họ bị hổng cẳng thiếu chân chơi ngay ngày chủ nhật hôm nay).
3- sửa soạn đồ đạc va li quần áo đem theo.

Kết quả là DH lo mua được vé máy bay và khách sạn tối chủ nhật hôm đó (vì không có chuyến bay thẳng từ Washington DC ra St. Maarten mà phải đi từ sáng sớm thứ hai từ Atlanta). Không những thế DH lại mướn được limo tới đón N. 4 giờ chiều ngày chủ nhật. DAC xác nhận là sẽ có người rước từ phi trường St. Maarten để ra bến tàu rồi đi tàu ca nô nhỏ ra thuyền yacht.

CUỘC DU LỊCH BẰNG THUYỀN YACHT BẮT ĐẦU

Vài hàng về chiếc tàu yacht O'Mega: tàu này được hoàn thành vào năm 2004 và được tân trang lại vào năm 2011. Tàu dài 82.5 thước, nặng 1809 tấn, có 15 phòng ngủ cho du khách có thể chứa được 30 du khách và 30 nhân viên phục vụ trên tàu. Tàu có gymnasium, massage parlor, phòng hội họp, formal dining room, marble bath room, hành lang gỗ mahogany và các dụng cụ đồ chơi ngoài biển như kayak, scuba diving, water jet ski, seabob, fishing gears, tender và ca nô. Tàu này trị giá 62 triệu đô la, và cho mướn với giá là khoảng 600 ngàn đô một tuần nghĩa là 20 ngàn đô cho một người nếu đi đủ 30 người.

Ngày thứ nhất:

Khi đang ngồi trên máy bay từ Atlanta xuống St. Maarten thì N. thấy một nhóm đàn bà Á đông đi cùng. Nhìn rõ lại thì N. nhận ra một bà quen quen, N. sau đó nhớ ra là bà đó N. có gặp một lần ở một tiệc mà DAC mời N. dự và bà đó là chị ruột của vợ của DAC. Bà đó bay từ Toronto, Gia Nã Đại tới. N. và bà xã bèn nhập bọn với nhóm bà ta luôn.

Xuống tới phi trường St. Maarten đang ngơ ngác không biết làm sao mà nhận diện được nhân viên tàu yacht đón tiếp thì có một ông da trắng hỏi N. có phải là tên N. không? Ông ta tự giới thiệu là VZ rồi ông ta cùng một người Phi luật tân phụ khiêng tất cả hành lý của nhóm N. và bà em vợ của DAC lên xe van để ra bến tàu đi lên một tàu tender chở ra ngoài khơi mà tàu O'Mega đang chờ.

Lên tàu thì có DAC ra đón tiếp và chỉ định phòng ở của N., N. ở tầng thứ 3 rất sang trọng với hành lang đánh bóng gỗ mahogany và thảm trắng hồng. Trong phòng N. ở có queen bed với TV. Phòng tắm tách riêng với khăn tắm đủ loại có thêu chữ Omega bằng tiếng Hy lạp. Có đủ loại xà bông nước cho tóc, da mặt hay thân thể loại đắt tiền. Cửa chia cách phòng ngủ cũng bằng gỗ đen mahogany bóng loáng. N. được phát một chìa khoá phòng nhưng TG sau đó nói là không cần dùng vì tất cả du khách đều là "gia đình cả" không cần khóa cửa phòng gì cả.

Khoảng 2 giờ trưa thì bữa ăn trưa được dọn ra với 4 cô tiếp đãi viên trẻ đẹp(3 cô tóc blond người Ukraine và 1 cô người Phi luật tân) tiếp đón săn sóc rất tận tình. Rượu nước được uống thả dàn, các món ăn Âu Mỹ đã được chọn sẵn do một chef trên tàu. Ăn xong ai nấy mệt nhoài trở về phòng ngủ. Tuy nhiên N. tò mò đi thám hiểm các nơi của tàu O'Mega. N thấy chỗ nào cũng tỏa một không khí sang trọng và sạch sẽ yên lặng. N. cũng ghé phòng chỉ huy của tàu và hàn huyên với ông thuyền trưởng người Hy lạp (không lấy gì làm lạ vì 2 ông phụ tá thuyền trưởng ông TG phụ về hành chánh chương trình lẫn ăn uống nhân viên trên tàu và ông VZ phụ về chuyên chở và thể thao ngoài biển đều là người Hy lạp).

Quanh đi quẩn lại tới giờ ăn tối lúc đó là 8 giờ tối, ăn tới 10 giờ mới xong, ai nấy đều trở về phòng ngủ mệt nhoài sau một ngày dài đầy diễn biến.

<u>Ngày thứ hai</u>:

Sau khi ăn sáng lúc 8 giờ thì được thuyền trưởng báo cho biết là tàu sẽ đi tới đảo St. Barts (viết tắt chữ Saint Barthelémy) đi độ 2-3 tiếng thì tới. Tàu đậu xa bờ phải có thuyền tender đưa ra đảo. Tới đảo ngay trung tâm thành phố, anh Th. vội phóng ngay vào một tiệm Hermès, N. và bà xã sợ lạc nhóm nên cũng lẽo đẽo theo vào ngắm đồ đạc quần áo mắc tiền của Hermès. N. thấy một đôi dép da flip flop mà N. mới mua ở Virginia giá là 50 đô mà ở đây đôi dép tương tự như vậy lại treo giá 230 euros! Anh bạn mới Th. nhà ta ưng ý một áo choàng blazer và mua ngay với giá 3000 euros!

Đường phố St. Barts rất ngắn ngủi đi một tí là hết nhưng có vẻ giàu có vì đường xá không lồi lõm ổ gà như ở Antigua và có nhiều tiệm mắc tiền như Hermès, Prada, Alex and Ani, Dinh Van... Dân chúng địa phương có vẻ Tây đầm (vì là thuộc địa của Pháp) hơn ở Mỹ như là họ ăn mặc rất "gu" thanh nhã hơn lẫn thân thể cao ráo chứ không như những anh cổ đỏ có phần bề ngang rộng hơn bề cao và ăn mặc lố bịch không giống ai! N. cũng nhận thấy có rất ít anh chị da đen khác như ở những đảo Caribbean khác (Haiti, Jamaica v.v...)

Sau khi trở về tàu ăn trưa xong thì vị phụ tá thuyền trưởng về du hí VZ tổ chức một cuộc lái jet ski. Vì chưa bao giờ N. lái một mình jet ski (quê quá!) nên N. cũng không tránh khỏi tim đập lô tô phải lái chậm chạp loạng quạng, may thay N. và những bạn mới khác không ai bị lật ski uống nước biển free cả!

Tối hôm đó N và vài bạn khác được DAC chỉ dẫn học tập thiền đếm thở ra vào và tập chú ý (focus) với nhận thức (awareness) môi trường chung quanh thật là lý thú!

<u>Ngày thứ 3</u>:

6 giờ sáng DAC hẹn nhóm thiền đêm qua lên deck trên tàu thứ nhất tập tai chi. DAC chỉ dẫn rất tận tình lớp bắt đầu tai chi như 3 bài quyền để tự vệ sau khi dậy chào Đức Phật.

Ăn sáng xong tàu tender chở du khách ra một bãi biển riêng có để sẵn ghế ngồi, khăn tắm, nước uống, đồ ăn snack. Cô tiếp viên KM rất tận tình vui vẻ phục vụ cho du khách.

N. được thử bơi với seabob, đó là một dụng cụ mà người nhái Hải quân dùng để bơi nhanh (lặn cũng được) mà không mệt. Khá hay!

Tới trưa thì nhóm ra biển được chở về yacht lại. Chiều hôm đó lại được lái jet ski. Lần này thì N. bạo rồi, lái một mình và nghẹo đi nghẹo lại. Vợ N. cũng lái bạo hơn lái quanh co mà không sợ gì cả!

Sau bữa cơm tối N. đã bàn trước với DAC và TG sẽ thình lình tắt đèn phòng ăn và 4 cô tiếp viên lẫn các nhân viên chính thủy thủ đoàn như kỹ sư trưởng, đầu bếp phụ đem bánh sinh nhật và hát bài Happy Birthday cho vợ N. Vợ N. rất cảm động và thành thật cám ơn DAC và TG. Sau đó tất cả nhóm du khách cám ơn nhân viên du thuyền vì ngày hôm sau có 7 vị sẽ về Mỹ lại sớm.

Đêm đó thuyền trở về đảo St. Maarten.

Ngày thứ tư:

Sáng hôm nay 7 người trong nhóm sửa soạn ra về đáp lên tàu tender để cập bến lấy xe van đi ra phi trường. Nhóm còn lại được chở ra đảo St. Maarten phía Pháp gọi là St. Martin (đảo này được chia nhau đô hộ bởi Pháp và Hoà lan).

Ở đây không có các tiệm sang trọng như Prada, Hermès... như ở St. Barts mà chỉ có một shopping mall có máy lạnh. Vì đường xá ở ngoài rất nóng nực và có độ ẩm ướt cao nên mall này rất được chú ý dùng để nghỉ mát.

St. Martin còn có một khu chợ lộ thiên có nhiều kiosks bán đồ quần áo và đồ để kỷ niệm du lịch v.v...

Chiều hôm đó TG mướn 2 xe van để chở ra thành phố Philipsburg là thủ phủ phía bên Hòa Lan. Đi qua "biên giới" (không có lính gác) không cần thông hành gì cả. Đứng trên đồi núi tài xế xe ngưng lại để chỉ cho xem nhà cửa và tàu bị bão Irma tàn phá vài năm trước

Trung tâm tỉnh Philipsburg chỉ là một con đường dài có nhiều cửa tiệm bán kim cương hột xoàn phần đông chủ nhân là Ấn độ. Các tiệm đó có mướn gác dan mặc đồng phục nhưng không đeo súng. Phía Philipsburg có vẻ nghèo nàn hơn phía bên Pháp. Có 2 tiệm ăn tàu quảng cáo các món ăn tàu làm nhóm N. vì toàn ăn đồ tây cả 3 ngày nay thèm một tô mì để bù sau bao nhiêu bữa cơm tây liền tù tì trên biển cả. Đây cũng là lần đầu tiên N. trông thấy 3 lính cảnh sát đi xe đạp có súng và còng tay đeo lủng lẳng trên người. Mỗi lần trở về tàu yacht thì có các cô tiếp viên đứng đón chờ và gắp đưa khăn chùi mặt tay rất lịch sự và rất đúng lúc sau khi ở đảo nóng nực mồ hôi nhễ nhãi!

Tối hôm đó có ít người ăn hơn chỉ cần 1 bàn dài là đủ cho nhóm du khách thành ra nói chuyện và tiếp đồ ăn dễ dàng hơn. Sau đó cũng là lần chót tập tai chi. Ai nấy muốn trở về phòng sớm để sửa soạn hành lý để mai đi.

NHẬN XÉT:

1- Quả thật chuyến đi du thuyền này rất đặc biệt độc nhất vô nhị vì nghĩ lại chỉ có các siêu đại gia mới có thể hưởng được. Cứ thử nghĩ với giá 600 ngàn đô cho 30 người như vậy mỗi du khách phải trả 20 ngàn và cho tiền tip 3 ngàn đô mỗi người! Nhắc lại 3 NGÀN đô tiền tip! Đó là chưa kể tốn các chi phí phụ nữa như vé máy bay, tiền khách sạn, tiền limo hay taxi ra và về từ nhà ra phi trường hay mua sắm giải trí thêm.

2- Có "duyên", chỉ có duyên nên N. mới có thể thực hành chuyến đi này. Vì nếu không quen được DAC thì khó lòng N. mới được hưởng đi chuyến yacht này.

3- Bác sĩ DAC đã có một người con rất là hiếu thảo với gia đình và bố mẹ không những chiều bố mẹ và tất cả các chị em và gia đình của mẹ mà cũng bằng lòng cho cha mẹ mời thêm bạn bè của bố mẹ. Cũng là do DAC và vợ đã nuôi nấng dậy dỗ các con nên người. Trên đời này rất ít khi xảy ra chuyện này nhất là ở xã hội Việt nam phần lớn các siêu đại gia thường gom góp quyền lợi gia sản kếch xù chỉ để cho con cái gia đình trực tiếp hưởng mà thôi chứ lại còn chia bao cho các bà con xa hay bạn bè thì ít xảy ra lắm!

Chú thích: *DAC là bác sĩ Dennis A. Chu là Emeritus Clinical Professor of Physical Medicine and Rehabilitation at UC Davis Medical Center in Sacramento. Chức vụ ông ta là Phó Trưởng khu PM & R và là Trưởng Khu Đau nhức của Kaiser Permanente Group ở Sacramento. Ông ta cũng là Đại tá hồi hưu của Vệ binh tiểu bang Calfornia. Lúc ông ta độ 5 hay 6 tuổi, ông ta thụ giáo Thiền và Lão giáo với các sư phụ thượng toạ ở Việt nam, Trung hoa, Ấn độ và các thiền giáo khác. Ông ta cũng có đai đen đệ nhị đẳng về võ Thiếu lâm và Tai chi.*

Nguyễn Dương, tháng ba 2019

Nhớ Về Nebraska

Thân Gửi Hương Hồn Bạn Bích Sinh

Nhiều ngày khi không ngủ được vì mắc bệnh khó ngủ triền miên nhớ tới Bích Sinh làm nhớ tới tiểu bang Nebraska mà tôi có dịp đi công tác ở đó khi ở trong quân ngũ (căn cứ Offutt AFB là Tổng Hành Dinh Chiến Lược của Không Quân Hoa kỳ). Nebraska ở giữa nước Hoa kỳ thường được coi là nơi khỉ ho cò gáy hay là chỗ trú ngụ của tụi "cổ đỏ" (redneck) như là tiểu bang Oklahoma ở dưới đó. Tuy vậy thủ đô Nebraska hơn Oklahoma là vì có tay tài phiệt nổi tiếng là Warren Buffett, người giàu thứ tư của nước Cờ Hoa này (sau tỷ tỷ phú Jeff Bezos của Amazon, Bill Gates của Microsoft và Mark Zuckerberg của FaceBook). Warren Buffet giàu sụ như vậy vì công ty Berkshire Hathaway của ông ta biết lợi dụng thời cơ stocks như gần đây lời cả vài tỷ khi mua mấy trăm triệu cổ phiếu Apple lúc giá Apple xuống thấp cách đây không lâu, nay giá Apple lên tới gấp ba bốn lần giá cũ. (2020)

Tiểu bang Nebraska (NE) rất bằng phẳng gần như toàn là cánh đồng cỏ bao la "cò bay thẳng cánh" nơi mà xưa kia hàng trăm ngàn con bò rừng bisons (hay buffaloes) tung hoành sống tự do. Sau đó dân chúng miền Đông Hoa kỳ di dân sang miền Tây thì các chú bisons này bị giết gần như bị diệt chủng để thay thế bằng những đàn bò. Vì thế tỉnh Omaha (tỉnh lớn nhất của NE) có món Omaha steak nổi tiếng khắp nước Mỹ.

Ngay tên Nebraska là do biến hóa của chữ Omaha nghĩa là nước phẳng (flat water) của con sông Platte đi ngang qua tiểu bang. Rất ít ai biết Omaha là nơi xuất xứ hãng Kool Aid hay NE là nơi có nhà rọi đèn pha (light house) mà không có biển hay là nơi sinh trưởng của tay nhảy đầm nổi tiếng Fred Astaire hay tài tử nổi danh Marlon Brando. NE còn là nơi mà các chim trời như vịt, ngỗng hay hạc khi bay theo mùa từ Bắc tới Nam hay ngược lại dừng chân để nghỉ và kiếm ăn.

Cũng như tiểu bang Oklahoma ở phía Nam, NE được nổi tiếng với đội banh sinh viên football (college football: chơi banh bầu dục khác với soccer như Việt nam ta chơi banh tròn). Khi tôi đi học Y Khoa ở Oklahoma nếu muốn sinh hoạt với tụi sinh viên Mỹ nhất là lúc cuối tuần trong mùa football thì kể như "bù" bị "ra chỗ khác chơi" nên lúc đó chẳng đặng đừng phải hiểu biết cách chơi football là như thế nào. Hiện nay đội NE football không còn là một power house ngang ngửa với Oklahoma (nổi tiếng là top ten của college football) mà không biết tại sao.

Và Nebraska có Bác sĩ Đặng Thị Bích Sinh và đấng phu quân là là Bác sĩ Trần Chu Mỹ của binh chủng nổi tiếng Cọp biển Thủy Quân Lục Chiến của VNCH. BS Mỹ đứng đắn, rất vui vẻ với bạn bè, cởi mở, không vênh mặt với đàn em như vài đàn anh đồng nghiệp khác. Bích Sinh đứng đầu lớp mỗi năm khi học ở trường Trung học Marie Curie và rất ngoan đạo (khi tôi có dịp đi cruise vài lần với Bích Sinh, mỗi lần khi đi ngang một nhà thờ, Bích Sinh luôn luôn ghé vào cầu nguyện). Không những thế Bích Sinh lại rất dễ thương, biết điều, savoir vivre, cư xử tốt với bạn bè và nhất là tận tụy với chồng con gia đình.

Nebraska cũng là tên một phim do tài tử Bruce Dern đóng suýt được giải thưởng Oscar năm 2014. Tháng tư năm đó tôi có dịp ghé Florida ở quận Brevard. Brevard cũng là một quận "khỉ ho cò gáy" không được nổi tiếng như Orlando hay Daytona Beach (nơi mà các anh chị sinh viên Mẽo đầy sinh lực tụ tập nhân dịp Spring Break để trao đổi "sinh khí" hay "thám hiểm" lẫn nhau) hay Miami. Ngoài bãi biển Brevard thì cách giải trí hấp dẫn nhất là vào thư viện để trao đổi email (vì thời đó chưa có WiFi rộng rãi như bây giờ) và khảo cứu tin tức thế giới hay nội địa Hoa kỳ qua sách báo rất được tu bổ cập nhật khá nhanh chóng hơn với các thư viện chỗ tôi ở.

Ví dụ như tôi khám phá ra được phim Nebraska sẽ được chiếu miễn phí ở thư viện Coca Beach vào tháng tư năm 2014 đó. Tôi hí hửng rủ bà xã và cặp vợ chồng Hổ và Bích cũng thuộc loại gần bảy bó cùng đi xem vừa không tốn tiền mà lại theo quảng cáo là được "free refreshments". Phim được quảng cáo là sẽ chiếu vào lúc 3 giờ chiều. Bạn tôi khuyên là vì "free" nên tới trước 2:30 chiều và hẹn nhau lúc 2:15 hôm đó. Tới đó, mặc dù 45 phút trước đã có sáu bảy cập bô lão dư thì giờ đứng xếp hàng vào hội trường chiếu phim. Sau đó có nhiều cặp tới toàn là ông bà già gần như toàn da trắng xấp xỉ bảy tám chục tuổi tóc bạc phơ, mặt xệ nhăn nheo với nốt đốm da đồi mồi (aging spots và actinic keratosis). Các cụ bà thì mặc váy đầm thời nhảy square dancing khoe da mỡ phất phới như cờ lông tông ở dưới cánh tay cùng các gân nổi xanh ở chân. Mấy ông thì ăn mặc luộm thuộm, quần cao lên tận nửa ngực hay đeo dây bretelles cho khỏi phải dùng thắt lưng khi không còn kiểm soát được sự tăng trưởng của vòng số hai vì ăn nhiều lẫn uống bia không ngưng. Có một ông cao to lớn bụng phệ ăn một bịch popcorn lại ngồi gần máy làm popcorn mà nhân viên thư viện phát cho. Ông ta nhồm nhào ăn xong lại đứng dậy lấy thêm. Gần đó là một bàn để các chai Coca hay Sprite với ly plastic để tùy tiện. Đúng là một El Cheapo ăn chùa hẹn hò (cheap date) của "Le Tout Paris" đó.

Trong phim đó cảnh Nebraska tỉnh nhỏ như ở Oklahoma tỉnh Enid hay Waynoka mà tôi thực tập y khoa khi mới đặt chân lên nước Mỹ này. Nhà gỗ cũ, cửa sổ được bao thêm mảnh plastic cho tránh mất hơi mát của máy lạnh hay máy nóng. Những ông bà già trong phim người thì bướng bỉnh, càu nhàu, trả lời nhát gừng. Đàn ông thì ngồi trên một ghế lazy chair tay cầm một lon bia nhồm nhoàm ăn bắp rang (popcorn) xem TV, mặt lạnh, không nói năng gì cả mặc dù là cùng trong gia đình anh em, con cháu. Các bà thì nói huyên thuyên trong bếp nấu hamburger và chiên khoai tây và khoe cách làm bánh táo pie. Đường phố thì vắng tanh, các hoạt động chỉ là họp nhau chung quanh một quán uống rượu cũ kỹ với một dàn karaoke với các ca sĩ lô can gào hát những điệu nhạc cũ thời tám quánh nào đó. Cộng thêm vào đó là một bàn đánh billard và trên tường có gắn một mảnh gỗ tròn (dart board) có nhiều vòng tròn để phóng phi tiêu vào giữa để lấy điểm.

Đại khái câu chuyện là một ông già Woody (W) đi lang thang lếch thếch trên một con đường vắng của một tỉnh nhỏ bị cảnh sát bắt đem trở về với gia đình. Hỏi ra thì là ông ta nói là trên đường đi ra tỉnh Lincoln để nhận giải thưởng một triệu đồng mà ông ta xác định là ông ta có nhận được một thư chúng minh như vậy. Người con trai biết ngay đó là một tiểu xảo của một nhà báo để dụ khách hàng mua báo của họ. Nhưng W vẫn tin là ông ta trúng giải thưởng đó mặc dù các lời can ngăn của vợ và con trai. Sau vài lần khác W bị cảnh sát bắt như vậy mà W vẫn cứng đầu gân cổ cãi lại là ông ta trúng số thật sự nên cậu ta phải chiều W như là một cậu con làm vừa lòng bố lần cuối theo ý ông ta bằng cách lái xe chở bố đi ra thủ đô Lincoln (W không được phép lái xe).

Trên đường lên tỉnh thì W và cậu con ghé nhà cũ nơi sinh trưởng của W đi thăm ngôi nhà cũ ọp ẹp nghèo nàn cùng tạm ở nhà em của W. Mặc dù cậu con cố can ngăn nhưng W cứ khoe là ông ta đã trúng số thành ra tin đó lan tràn mau chóng khắp tỉnh. Họ hàng và bạn bè W khi nghe tin là ông ta đã trở thành triệu phú họ bèn bu lại nhà, lúc trước thì coi thường ông ta nay họ thay đổi tính tình như lúc trước chê bai ông ta, nay thì người khen ông ta tốt số mong được chia xẻ một tí tiền còm, người thì nhắc khéo là ông ta nợ lúc trước chưa trả, người thì nói đang cần tiền vì gia đình thiếu thốn bệnh tật, người thì nói là không trả thì sẽ kiện ra toà.

Phim đó có nhiều mẩu chuyện hay nhận xét vui vui, buồn buồn hay dí dỏm như khi hai cụ đó khi đi thăm mộ gia đình gần nhà, cụ bà tốc váy trên một mộ của một ông ái mộ bà ta lúc trước "Nè cho ông xem có đã chưa?"

Kết thúc chuyện phim thì để các bạn tự tiện đi thuê xem phim cho khỏi mất thú vị hấp dẫn. Viết tới đây tôi chạnh nghĩ là nếu tôi khi học xong ở Oklahoma mà ở lại đó thì đời sống sẽ ra sao? Gần như tất cả các bạn cùng khoá ở Oklahoma đều "xuất ngoại" cả.

Rất phục bạn Bích Sinh và anh Mỹ đã ở lại Omaha, Nebraska.

Nguyễn Dương Hè 2020

OUR ESCAPE FROM VIETNAM: APRIL 1975

FROM OUR HEARTS TO OUR CHILDREN

To our dear children,

We are now in our seventies which means we are pretty well advanced in aged compared with the generations before us. We have discussed many things with you all but not all at the same time. More than that, we are pretty sure that you did not remember all of our talks. Because of that, this letter is to summarize all the important thoughts that we wish to convey to you all so that you can pass our thoughts along to your children at the appropriate time.

First, our thanks to the US: Dear children, when we escaped the communists in the search for freedom and liberty we left all of our belongings, among them the altar of our ancestors and their tombs. When we took refuge in this country we were helped by the government and the people of this country: the United States of America. Our lives are now stable and comfortable. We have to recognize and give thanks to the US, even as we seek ways to make this country better and more prosperous as a way of expressing gratitude for the help we received.

Reasons for our escape from the communists: It is very important for you to explain to your children why we and thousands upon thousands of Vietnamese refugees left the land of their birth. It was simply that to find freedom we had to flee from communism. Because you have enjoyed all liberty since birth, it will be difficult for you to comprehend the atrocities and the lies of the communist party. It will not be easy for you to understand how our human brethren treat one another so viciously. On that, you may want to see the movie "Journey From the Fall" by director Ham Tran (2006). Communist actions were despicable but they are very good in concealing them through propaganda and cover-ups. That's why you must impress on your children, not to sow hate but to expose the truth. We heard many times that "Do not listen to the communists but look at their actions". Actions reveal truth.

Our Fatherland: Even though you live busy American lives, please find time to read the history of Vietnam to understand the origin of our people, the creation of our country, the ups and downs, our moments of glory and of humiliation, the wisdom and the mistakes of our ancestors. From that, you will learn many lessons. There are many pages of glory but many more of tearful sorrows. Once we were dominated, but we gloriously broke away the chains and gained freedom. Yet there were times that we annihilated a nation (the Chams) or we invaded a country (Kampuchea) and caused continuous hate and frictions.

Our actual threat of the next Century: The Chinese communists of the People Republic of China (PRC). The PRC in this century is a growing menace: they are producing toxic products "Made in China," as Diane Sawyer, anchor of ABC-TV, warned in 2012 and as Peter Navarro has done in his book "Death by China" (2017). Another book describes the PRC's effort at hegemony by the PRC to be completed by 2049 (The Hundred Year-Marathon: China's Secret Strategy to Replace American Global Superpower by Michael Pillsbury published in 2015). The New Silk Road of the PRC is now being unmasked with some countries increasingly fearful about borrowing or accepting economic help from the PRC.

The following items we concentrate on Vietnam. The Vietnam Communist Party (VNCP) is deeply indebted to the PRC due to the cost of the last Vietnam War which concluded in April 1975. The pressure is on the VNCP not only to repay those debts it but also to accept Chinese dominance like a slave to his owner. Profiting of this debt claim, the PRC has obtained special rights in the economic zones ceded by Vietnam. They sent thousands and thousands of hungry Chinese to develop these zones. Let think about it: a decade later how many children will be born by these Chinese laborers? More than that they will establish special Chinese enclaves deep in our country. And what about environment/ecology disasters: in 2016 millions of fish were found dead along the coastal provinces of Central Vietnam. The cause was the discharge of toxic products into the sea by the Chinese Formosa Industries. In the highlands, the PRC is now exploiting 2 bauxite plants which are the source of future ecological disaster to our precious fatherland.

Another calamity: the PRC is now controlling the Northern borders so they can discharge unsafe products, dangerous drugs and human trafficking. Adding to this, the PRC Navy is now threatening our fishing boats, invading and occupying our islands in the Spratley and the Paracels chains that were never owned by China. Not long ago the VNCP had given some land at the northern border secretly and sold our ocean rights to the PRC. Last year vigorous protests erupted when the VNCP enacted the laws giving China lending rights to the special economic zones. More than he Vietnam Communist Party (VNCP that the VNCP passed the Security Clause Act on June 12, 2018, to silence the Vietnamese people effectively closing the freedom of the press. These above actions have been exposed: the PRC not only is a big threat to Vietnam but also to the World. And, of course, the Vietnamese people will suffer.

Recent history of Vietnam: Our country had been under the French colonialism since the 19th Century. World War II started in 1939 and Japan abolished the French colony on March 9, 1945. The last Vietnamese Emperor Bao Dai rescinded the Protectorate Treaty with France and asked Prime Minister Tran Trong Kim to form the 1st independent government. The Axis countries: Germany, Italy and Japan lost the war to the Allies: Britain, USA, France, USSR and China. On August 19, 1945, a small group of communists usurped the government of Prime Minister Tran Trong Kim and proclaimed a Vietnam Socialist Republic. (My father was a witness: there was a peaceful gathering of nationalists and government workers at Ba Dinh, Hanoi, suddenly a man with a revolver shot a salvo in the air and a group of communists unfurled the red communist flag over a balcony of a government building. They then led the march to throw out the Tran Trong Kim government).

Not long after, the French returned and the whole country of Vietnam resisted. When the Vietnamese nationalists discovered the perfidy of the Vietnamese communists, they returned to form a nationalist government with the French. After the defeat of Dien Bien Phu, the Geneva Convention divided the country on July 20, 1954, into 2 countries: the North under the VNCP (Democratic Republic of Vietnam) supported by communist countries and the South which became the Republic of Vietnam and was supported by the US and the Free World. Soon the North sought to unify Vietnam by infiltrating soldiers and creating the National Front for Liberation of South Vietnam. The Republic of Vietnam asked for support to stop the spreading of the communists. When the infiltration by the communists became unbearable the US started sending troops in 1960 to stop the invasion. The fighting intensified.

In 1972, when the USSR and China were no longer friends, President Nixon traveled to China to sign the Shanghai Communiqué. At that time the US no longer needed an outpost against the communists and decided to abandon South Vietnam. (The book "When the Allies Ran Away" by Dr. Nguyen Tien Hung describes the horrific truth on the US withdrawal). According to the Paris Peace Treaty of 1973, the US withdrew all combat troops from Vietnam but let the VNCP troops stay. The VNCP continued to attack the South with the full support of other communist countries. The Republic of Vietnam in the South, willing to fight but lacking arms, munitions, and petrol, was unable to stop the communist onslaught. Finally, on April 20, 1975, Saigon, the capital of the Republic of Vietnam capitulated. The escape from Vietnam to seek freedom began and we became part of it!

Reflections on History and News: In our time there is a cornucopia of information. Authors write on Vietnam and films depict the Vietnam War, but often the content is far from truthful. At best it is partially true, like 5 blind persons trying to describe an elephant: one touches the trump, one the ear, one the foot, one the tail and one on the abdomen. No one "sees" the whole elephant. Some even bend the truth to serve their own obscure motives. Some even "invent" stories to denigrate others. Worse, above all, is when the victors rewrite history to serve their own purposes. (Alex Haley wrote in "Roots": At the end, the victors are writing history).

Because of that, we ask you all to be very careful: Use common sense when you read the plethora of documents, books, or view films on Vietnam during the 20th and 21st Centuries, even from Western sources. From our point of view, the Vietnam War of 1954-1975 between the North and the South Vietnam was a civil war created by politicians from 2 blocs: the communist bloc and the Free World, with both sides providing weapons to bleed the Vietnamese people. For the South, the cause was defending their freedom, but for the North, it was communist ideology employed under the pretext of liberating the South from the US and reunifying all of Vietnam. The victors were arrogant and committed atrocities while the losers were humiliated. Since we cannot change these feelings, true peace and reconciliation are impossible. Millions have died, despite a reunified Vietnam and there are still deep resentments in the Vietnamese populace.

On Visiting Vietnam: Yes, we returned to Vietnam, like many others. Due to our advanced ages and health, we do not like to visit Vietnam anymore. Many people return to Vietnam, each one has his/her own reason, goal or a particular desire. Returning to take care of aging and feeble parents/families, to visit dear friends, to take care of our ancestral tombs, to train students in special needy fields, to visit our natal place: All of these are worthy motives. To return to help victims of environmental disasters like our natal place: All of these are worthy motives. To return to help victims of environmental disasters like floods or to help the poor, the sick without looking for gain or publicity is also acceptable. But to return to enjoy cheap tourism, for self-promotion, or to seek remuneration is despicable.

In the future, if the current government allows some genuine freedom, you should take your children to visit their fatherland. Of course, they may well be indifferent since they have no direct memories of Vietnam. We all have memories of our ancestral land whereas they do not so they have no emotional connection. But perhaps you will be able to guide them toward loving their country of origin, and the people of Vietnam. Help them take a view different from that of an ordinary tourist. Regarding the hope of finding work and earning a living in Vietnam, we think that it is far-fetched.

Current situation in Vietnam: Some say that Vietnam nowadays is better than before. The majority of Vietnamese now eat rice not the barley mixed with rice like during the first few years after the Vietnam War. Today there are plenty of cars and motorbikes on the streets rather than bicycles. After more than 40 years of peace, there ought to be some progress. But to compare this progress with Vietnam's neighboring countries it is shameful (even Kampuchea has an opposition party!). To know the truth in Vietnam behind the high-rise, luxurious cars, five-star hotels, modern golf courses it is necessary to dig into local news. There you discover deficiencies, decadences especially in education (e.g. drugs, hooliganism), the eruption of Red Capitalism, national corruption, social vices, child sexual abuse/trafficking and waste in natural resources. We have to find the truth and not behind the cover-up/make up.

On Politics: not only overseas Vietnamese are demanding true democracy, abolition of the one-party system, and the creation of a multi-party government. There are also progressive members of the VNCP who demand the same reforms, but they are muted by the current oppressive regime. To stand for reform, to fight despotism, to oppose an autocratic corrupted communist regime is not to fight against Vietnam but to keep alive hopes for a better future for a free and developed Vietnam.

If somebody thinks that communism now has changed a little bit, especially after the collapse of the Eastern Europe Economic Bloc, one should know it is due to the revolt of the people of these countries and outside international pressure. For that reason, the VNCP also has "changed" (đổi mới) by freeing the economic policies (but still keeping the communist doctrine). Although we are not political activists, we need to support all movements in bringing real democracy and liberty to Vietnam.

On Family: now regarding our own families. We are from the previous generation, we raise our children following the norms of our time, much as we were educated by our parents' norms. Sometimes, you think that we are too rigid but it was like that during our time. We hope that you will forgive us when we unintentionally have offended you. Please remember that we did not indulge ourselves in vices, we did not spend extravagantly, we always spend within our means, and we worked and saved so you all could have a good education under a safe and protective roof.

Because all of our belongings had been lost or confiscated by the communists, our lives were difficult when we first arrived in this country. We worked hard and we know you too had to work as summer jobs besides being studious, but so far so good. You are always not satisfied thinking that you are smart and capable. Intelligence and skills are important, but also, we all depend on luck and opportunities, following the "doing good philosophy" of previous generations. You need to stay honest, live "right" to maintain the "correct path." If we sow good deeds we will be rewarded accordingly. That is the natural cycle and it is always right!

In our own family, our advice is you have to respect your partner. We cannot avoid conflict, but we can always manage it peacefully (2 porcupines despite their menacing needles can live together harmoniously). Anger is a short folly, try to avoid it (we know it is easier said than done).

For your children, obviously, you have to love them but do not spoil them. You need to check on them and to know their friends: now it is easy for children to be influenced by the media (TV, game, chat) and bad company, they need to be restricted. But safe sports need to be encouraged. Your personal lives should be balanced physically and spiritually.

On everyday life, we need to save and protect our environment because natural resources are not infinite. Always think about future generations. Don't waste even an unnecessary napkin. Once in a while show your children photos of the poor living conditions in underdeveloped countries in the world.

When there is sibling interaction, show each other understanding and solidarity. If you fight stubbornly with each other, it will cause pain and suffering for us.

In America today, we have only limited time to take care of our own family so obviously we do not have time for our "big family" even in our subconscious mind we like to have that time, so try to understand and promote family solidarity. With the in-laws, try to maintain good relations.

Vietnamese language in a foreign country: something to discuss. You are the children of this country with all the rights and duties of a citizen hence you need first to be fluent in English so you can assimilate in your country of adoption. Studying the Vietnamese language to keep your heritage is applauded but do not blindly enforce your children to study a second language: they can be overwhelmed! And they do need music and sports too! So, try to educate them according to their capabilities and skills so they can balance their lives and live harmoniously in their adopted culture.

On American culture: America is above all a consumer society! It is easy to be attracted by the ingeniously crafted ads that urge you to buy more and more. Even our banks and insurance companies try to sell us, hook us in their products. You need to buy only the things you need, period! For houses and cars, safety features are the first criteria to buy, not because your friend has nicer car or spacious home. Avoid sinking into debts that you cannot manage. Relax! We are not talking about philosophy; our actual societal condition is now in a declining mode in morale and in spirituality: everything now is towards materialism, egotism, me-too and not in the pursuit of inner happiness. Be less selfish, think about our countryman, and share it with your friends.

For us: Getting old will bring illnesses, sickness will bring death. That is natural. On that date, prepare for us a simple but dignified burial ceremony in Arlington National Cemetery. If not allowed, do not inter us and later on your move, you will feel uncomfortable because you cannot care of our tombs anymore. We chose cremation because this method is more efficacious, not using precious land for future generations. You can scatter our ashes into the ocean. Dust returns to dust, it is perfect! Instead of expensive burial festivities, contribute wisely to common charities. Don't be afraid of ridicule gossips, people will understand. One last note, in an unfortunate case that we are in a vegetative coma, be courageous and pull out the tubes: don't prolong unnecessary life, it will make people suffer!

The altar: in present-day America, it is difficult to maintain an altar in a house. To remember o ancestors, display their photos in a respectful place. On the date of the death anniversary, a simple ceremony with few flowers, few fruits, and a candle will suffice. Your truthful remembrance is more precious than everything else. For the Vietnamese culture, commemoration of death anniversaries is more important than other anniversary dates. If you all can get together on that date it is a plus, more appreciated because family bonds with be refreshed and strong. We hope that you all have read carefully this letter. We ask that you reflect on it deeply and heed our advice.

Big hugs and kisses.

Lastly, we thank our children for always caring for us for many years making our lives so fulfilled and happy.

Duong Nguyen

May 2020

Phiếm Luận Cái "Sợ'

Nguyễn Dương

Ông Benjamin Franklin từng tuyên bố là "In this world, nothing is certain but Death and Taxes". Nhưng theo tôi nghĩ thì phải cho thêm chữ 'Fear' vào Death và Taxes.

Này nhé khi bắt đầu sinh đẻ thì các bà sợ sinh đẻ (lockiophobia), rồi sợ đẻ con có được "mẹ tròn con vuông" không? (có con 'vuông' cũng sợ lắm). Khi con dần dần lớn lên thì mẹ (và bố) sợ con cái có được phát triển bình thường hay không? Còn con hay cái thì sợ bố mẹ hay anh chị cho ăn tát hay ăn roi (ngày xưa) nếu làm quấy (bây giờ thì sợ bị mất lòng bố mẹ yêu thương). Con cái khi lớn lên đi học thì sợ thầy hay cô giáo cho điểm xấu. Hay sợ bạn bè gấu du côn băng đảng ăn hiếp.

Đến khi trưởng thành thì sợ đủ thứ. Tiếng Anh có chữ "phobia" là "sợ": nào là agoraphobia (sợ ở đám đông), claustrophobia (sợ ở chốn chật chội đông người hay chỗ nhỏ hẹp tù túng), glossophobia (sợ nói trước đám đông), aerophobia (sợ khi đi bay), hemophobia (sợ máu me), arachnophobia (sợ nhện), acrophobia (sợ chỗ cao), các cô các bà thì sợ cacophobia (sợ bị xấu xí), philophobia (sợ 'tình yêu'), androphobia (sợ đàn ông: nguy quá nếu tất cả phái nữ mà như vậy thì liền ông chúng ta có môn bị Parkinson tay và sợ phải ở một mình –autophobia- cùng tuyệt chủng nhân loại), ngược lại có chữ gynophobia (sợ đàn bà, chắc có lẽ có ít lắm), phasmophobia (sợ ma có đủ thứ ma như trong truyện Liêu Trai Chí Dị của Bồ Tùng Linh hay ma phăm-ma femme-). Tôi không tìm ra được chữ phobia do sợ mèo chuột (có zoophobia: nhưng đó là sợ các loài thú vật). Có chữ venustraphobia (sợ gái/đàn bà đẹp) không hiểu bao nhiêu phần trăm các ông bị 'bệnh' này?

Học xong ngày xưa mà rớt bằng Trung Học hay Tú Tài thì sợ phải đi lính. Nếu lỡ phải vào nhà binh thì các thanh nam thanh nữ phải qua 2-4-6-8 tuần huấn nhục để bị bẻ gẫy cái sợ cá nhân ra để tuân lệnh thượng cấp thì mới đi 'oánh nhau' được. Ở ngoài phó thường dân thì cũng phải sợ xếp chứ không thì mất việc dễ như chơi. (Rule #1: The Boss is always right; Rule #2: If the Boss is wrong, see Rule #1).

Khi tới tuổi lập gia đình thì sợ không có bồ hay sợ bồ chê xấu, không đẹp trai học giỏi con nhà giàu, sợ mất bồ, sau khi lấy chồng hay vợ thì lại sợ phối ngẫu bỏ.... Có con cái thì sợ tụi nó hư. sợ đủ thứ.

Về y học sinh lý thì ông Walter Bradford Cannon (1915) có viết "Fight or Flight", 2 chữ F, ("Chống cự hay Chạy trốn") nhưng theo tôi nguyên nhân chính là Fear (3 chữ F: "Fear: Fight or Flight") vì có Sợ mới phải chống cự hay chạy trốn.

Dân thường thì sợ đủ thứ như khi ra đường thì sợ cảnh sát phạt nếu lái xe quá nhanh hay qua đèn đỏ hay không đeo dây nịt lưng. Bây giờ thì sợ bị lây bệnh Cô vít hay Bà Vít gì đó. Làm to oai quyền như Tổng Thống cũng sợ tai tiếng hay sợ mất mặt. Ăn uống cũng vậy. Ăn nhiều chất béo thì sợ cholesterol lên cao, ăn nhiều chất đường thì sợ bị đái đường. Uống nhiều rượu thì sợ bị nghiền. Hút thuốc lá thì sợ bị ung thư phổi v.v.v.

Về nhà thì phần đông đàn bà sợ chuột nhắt hay giun còn đàn ông thì sợ sư tử (đúng lắm chứ vì sư tử to lớn dữ dằn còn con chuột nhắt hay con giun thì bé tí ti mà sao các bà lại sợ?).

Mở internet ra thì sợ virus, sợ tụi hackers, sợ bị quảng cáo gạt làm lo âu, mất ngủ.

Con người càng ngày càng già thì sợ bệnh, sợ chết: tôn giáo ngày xưa loài người khi chết có 2 lối thoát là lên thiên đàng hay xuống địa ngục. Lên thiên đàng thì ai cũng biết là quá sung sướng rồi nhưng xuống địa ngục với hình ảnh Lucifer hay Satan cầm cái xiên 3 đầu nhọn cùng các quỷ sứ tra tấn hành hạ vạc dầu sôi sùng sục lửa nóng ghê sợ. Thế là các đại gia lẫn vua chúa bèn nhao nhao dâng của cải quý giá để hối lộ các thầy cúng cho được lên thiên đàng. Kết cục là vì sợ mà chúng ta bây giờ được ngắm các nhà thờ chùa chiền nguy ngay tráng lệ loé mắt.

Cũng vì sợ cộng sản mà sau ngày 20 tháng 7 năm 1954 khi Hội Nghị Genève được ký kết thì gần 1 triệu dân miền Bắc di cư vào Nam. Hay sau ngày 30 tháng 4 năm 1975 hơn nửa triệu dân Việt nam sợ VC quá nên bằng đủ mọi kiếm cách thoát đi, (có thể hơn nữa là vì nếu cột đèn đi được thì cũng đã đi theo rồi!), bất chấp nguy hiểm hay sóng gió hải tặc, để chạy trốn sang các nước tự do. Ngẫm nghĩ lại là cũng chỉ vì sợ mà thôi!

Thế giới hiện nay (ngày gần xưa thì có Stalin, Mao Trạch Đông) có Tổ sư làm người ta sợ là Ông Xi hay Xí gì đó ở Trung Cộng đã làm hơn cả một tỷ dân phải sợ ngao ngán ăn dùi cui và ngán ở tù không những ở Trung Hoa lục địa mà cả ở các xứ như Tây Tạng, Uyghurs và nay Hồng Kông nữa! Đã thế màng lưới sợ cũng được phủ lên đầu các xứ như Bắc Hàn, Nga, Cu ba (cố ý viết thành hai chữ, không phải typo error), Byelorussia, Viêt nam .... nữa! Nhưng chính ông Xi hay Xí đó khi về nhà cũng 90 % chắc là cũng 'cheveux" với bà nhà. Viết tới đây tôi nhớ tay trùm ma túy Pablo Escobar ở xứ Colombia, Nam Mỹ, đã làm đảo điên chính phủ và giết người như ngoé mà khi đi chơi gái lén cũng sợ bị nội tướng bắt gặp!

Cái sợ đó dần dần thấm vào xương vào tủy của dân tộc các xứ đó. Họ cho là cái sợ đó là bình thường, là 'normal' để sinh sống, nhất là chính phủ các xứ đó cho họ được thả cửa ăn uống, trai gái, cờ bạc nếu có phương tiện. Sau vài thế hệ cái sợ đó xâm nhập vào nhiễm thể DNA của họ thành ra khi họ được đẻ ra họ không lấy gì là ngạc nhiên cả! Cũng như các con trâu, con ngựa, con chó khi được đẻ bây giờ ra nó đâu có biết là nguyên thủy các thú vật đó là được tự do tung tăng chạy nhẩy sinh sống trong thiên nhiên, nay các con vật đó cho là làm thân trâu bò ngựa chó đó cũng là 'natural'! Buồn thay!

Nguyễn Dương

20 Juillet 2021

TB: Đố các độc giả đếm được bao nhiêu chữ 'sợ' (kể cả ngoại ngữ hay tiếng lóng) trong thân bài này? Tôi có đếm nhưng 'sợ' đếm sai.

Chery Blossom

Phiếm Luận: Hà Đông Sư Tử Rống

Định nghĩa: - Sư tử: một thú dữ Chúa tể Sơn lâm
- Hà Đông là một tỉnh bên Tàu chứ không phải Hà Đông gần Hà Nội, Việt Nam
- Rống: gầm thét.

Trong tiếng Việt, thành ngữ "Sư tử Hà Đông" nhằm ám chỉ những người thuộc phái đẹp có tính ghen tuông dữ dội. Khi nổi máu tam bành lục tặc lên, có thể làm cho các đức ông chồng kinh hồn, tán đởm, bao nhiêu dũng lược của giới mày râu cũng tiêu tan thành mây khói cả.

Theo thống kê không chính xác thì 90% các cặp còn có đôi có kép với nhau. Khi qua sáu bó thì các bà vợ vốn họ Nai, tên Vàng sinh quán ở làng Ngơ Ngác đều lấy họ là Sư, tên là Tử thuộc tỉnh Hà Đông cả, không hiểu tại sao? Có ai biết lý do thì cho biết tại sao thành Zenana? (tiếng Ai cập, chữ Zenana là tiếng lóng chọc các bà nói nhiều). (Google 14/11/2010 Naka235).

Các đấng mày râu nào cũng tuyên bố là lấy vợ từ thuở còn thơ, "em chả", còn "Nai Vàng Ngơ Ngác" chứ có ai dám vỗ ngực là rước bà "Sư Tử Hà Đông" về làm vợ đâu. Nay Nai Vàng Ngơ Ngác biến thành Sư Tử Hà Đông thì cũng là tại mấy ông liền ông cả. Này nhé, mấy cô mấy bà khi còn Nai Vàng, các cô/bà còn trẻ phải sinh con đẻ cái, nuôi nấng thức khuya dạy sớm. Xin hỏi là khi bé sơ sinh khóc ban đêm, ai là người phản ứng ra lo cho con ngay? Lúc đó các cô các bà là những lúc yếu nhược nhất phải tùy thuộc mấy ông, nên họ phải dùng chiến thuật nhẹ nhàng thỏ thẻ như phục tùng các "Ông Trời".

Các ông sau khi vài phút sung sướng thì phủi tay đâu có lo cho con cái: chứ đâu có như bây giờ ở xứ Âu Tây vợ chồng đều phải chia việc giúp nuôi con cái, nào thay tã, cho con ăn mặc, đưa đón đi học hay chơi thể thao ở trường, tập đánh đàn, đá bóng, v.v... Các ông lấy cớ là phải đi làm kiếm tiền nên về nhà cáo "mệt" mà không tiếp xúc với con cái (Mon Père c'est un Étranger) hay bán cái cho thuê chị vú em.

Sau khi con cái trưởng thành ra khỏi tổ ấm gia đình, không còn ai mà để các bà dạy dỗ, chỉ dẫn, quát tháo, lèo lái nên các bà bèn lèo lái ông chồng rồi dần dần lộ nguyên hình là cọp cái. Các bà đổ tội cho là vì thay đổi kích thích tố (hormonal changes như menopause).

Đau là cũng cùng lúc đó mấy liền ông cũng bắt đầu bị thiếu testosterone nên rụng tóc, lơ thơ lông chân, sáu giờ rưỡi nhiều hơn là sáu giờ, đâu còn vạm vỡ mà thu hút phái đẹp nữa thành ra phải ở nhà ăn "cơm" đều. Cũng cùng lúc đó vào khoảng sáu bó các liền ông phần nhiều đi vào con đường mệt mỏi rồi, về hưu rồi, muốn êm cửa êm nhà, xin chữ bình an, "sai rành rành nhưng cũng phải nhận là đúng" nên nhịn nhục thành ra các bà được thể lên chân nói nhiều. Nhắc lại, ở bên Ai cập có chữ zenana là tiếng lóng để tả cảnh mấy bà nói dai đanh đá với chồng (zenana: Egyptian slang to describe a relentless nagging wife).

Lại nữa cũng cùng lúc đó, vì mấy nường vì còn trẻ hơn mấy ông nên các cô các bà nào mà có ra ngoài đời đi làm thì họ dần dần leo lên chức vụ thâm niên chỉ huy trong sở thì họ dần dần leo lên chức vụ thâm niên chỉ huy trong sở quen ra lệnh với nhân viên dưới quyền.

Về đến nhà, vì quen ra lệnh rồi, các nường ta, vốn đã làm Nội tướng, từ từ nắm chức Thủ tướng lúc nào không biết và phong những chức cho lang quân như: Bộ trưởng Bộ Đổ Rác, Bộ trưởng Bộ Chùi/Hút Bụi Nhà, Bộ truởng Bộ Giặt Giũ, Bộ trưởng Bộ Giao Thông (như đi bảo trì xe, rửa xe, tài xế đưa đón các bà), Bộ Đi Chợ, Bộ Nấu Cơm, Bộ Dọn Cơm, Bộ Rửa Bát, Bộ Cắt Cỏ và nhất là Bộ trưởng Bộ Linh Tinh không tên như giết sâu bọ, nhện gián, chuột rắn chẳng hạn (Đài Phát Thanh thì các ông không tài nào đảo chánh mà dành được chức Giám Đốc phải giơ hai tay đầu hàng). Trong khi đó thì các ông lại cãi nhau tranh dành nhau chức Hội trưởng Hội Cheveux!

À mà báo động cho các đấng mày râu (nếu còn) biết: đừng bao giờ phong chức cho các đức liền bà là Chúa tể Sơn lâm (mặc dù rõ ràng như vậy) nhưng các bà vẫn muốn được gọi là Nai dzàng ngơ ngác. Ông nào mà vẫn dám gọi như vậy thì đời tàn rồi em ơi, vác gối ra ngủ garage là cái chắc (đó là hình phạt nhẹ nhất đó!). Cũng đừng khoe là có nhà cửa cao đất rộng có nhiều thú vật rừng như hươu nai, chim chóc, rùa rắn mà lại lỡ buột miệng có cả sư tử cơ!

Thành ra các đấng mày râu hùng dũng oai phong hét ra lửa cho lắm nhưng khi về đến nhà thì cũng ríu rít tuân lệnh đi "rửa chân" cho vợ. Hay nói văn hoa theo Kim Dung trong Ỷ Thiên Đồ Long Ký (Cô Gái Đồ Long) thì Trương Vô Kỵ gác kiếm bẻ cung về nhà để "vẽ lông mắt cho người đẹp Triệu Mẫn" (nếu còn ăn "phở" được). Ôi! Thời oanh liệt nay còn đâu?

Nhưng mà xét lại kỹ thì đàn ông lấy đàn bà thì đằng nào cũng có lợi cả: như một nhà hiền triết nổi tiếng của Hy Lạp đã nói là: "nếu anh lấy được một bà vợ biết điều thì anh ta có hạnh phúc gia đình, nếu mà ngược lại thì anh trở thành một hiền triết giỏi, đằng nào cũng tốt cả".

Ký tên,

Sô Cát Ti V.N. (Socrates)

Chủ Tịch (tự phong) Hội Cheveux.
Cựu Chủ Tịch (bị gán chức) Hội Chồng Chúa Vợ Tôi.

TB: *" Bắc thang lên hỏi ông Trời*
Vợ con dữ quá, ông thời tính sao?
Ông Trời ổng nói tào lao
Vợ mày mà dữ (hơn) vợ tao hả ... trời?"
(Nguồn: Internet)

Đi Vào Thế Giới Trưởng Giả Lúc Giao Thừa (Đảo Anguilla) 2020

NGUYỄN DƯƠNG

Khách sạn Four Seasons ở Anguilla: Khách sạn Four Seasons là một chuỗi khách sạn 5 sao do Công ty Four Seasons Hotel &Resorts có trụ sở chính ở Toronto, Gia nã đại. Ít người biết là trong Công ty đó (Cascade Investment) nhà tỷ phú Bill Gates và Hoàng tử Al bin Tahal có 95% cổ phần của Công ty. Chuỗi khách sạn đó có trên 100 khách sạn trên toàn thế giới. Chuỗi khách sạn đó gặt hái được nhiều giải thưởng của Zagat và Michelin. Nữ hoàng Elizabeth cũng từng trú ngụ ở một khách sạn Bốn Mùa khi viếng thăm tiểu bang Texas (1991). Quốc vương Hussein của Jordan cũng ở khách sạn Bốn Mùa của Washington D.C. khi viếng thăm Hoa Kỳ nhiều lần.

Vài hàng về đảo Anguilla: Quần đảo Anguilla thuộc Anh Quốc gồm 1 đảo lớn tên là Anguilla và nhiều đảo nhỏ nhưng không có dân ở thường trực. Dân số đảo Anguilla chỉ có 17400 người. Tên đảo là do chữ Ý Anguilla là con lươn vì có hình thù như một con lươn.

Anguilla ở phía Đông của đảo Puerto Rico và ở trên đảo St Martin có 2 chủ quyền là Pháp (St. Martin) và Hòa lan (Sint Marteen).

Đất đảo Anguilla rất cằn cỗi không trồng trọt được gì cả ngoài vài cây ăn trái như xoài, đu đủ mà thôi, thành ra nguồn lợi chính của đảo là du lịch (80%). Anguilla được bầu là nơi du lịch sang trọng nhất (World's leading Luxury Island Destination) và được Hội World Travel Awards (Oscars của kỹ nghệ du lịch) chọn cho giải thưởng năm 2014. N. được cho biết là tài tử Chuck Norris có tư gia ở đảo đó và các tài tử /danh ca nổi tiếng như Liam Neeson, Meryl Streep, Beyoncé, Justin Bieber, Kevin Bacon & Kyra Sedwick, JayZ, Adele… hay chọn Anguilla làm nơi nghỉ mát. Adele là một ca sĩ Anh Quốc nổi tiếng đang nghỉ mát cùng lúc với N. viếng thăm đảo. Báo The Daily Mirror có đăng một hình của cô ta nằm trên bãi biển do một paparazzi chụp.

Muốn bay từ lục địa Hoa kỳ thì phải bay tới Puerto Rico hay bay thẳng tới đảo St. Martin để đáp tàu ferry sang đảo Anguilla. Anguilla có một phi trường nhỏ không cho các máy bay khổng lồ thương mại đáp xuống, họ chỉ cho phép các máy bay nhỏ có từ sáu hay mười chỗ ngồi mà thôi. Tất cả các khách du lịch phải dùng phi trường St. Martin làm thủ tục quan thuế nhập cảnh của hai nước nên rất nhiêu khê. Hai chỗ quan thuế đó rất nhỏ và nhân viên làm chậm chạp tốn thì giờ. (họ cấm chụp hình). Nên có nhiều bạc lẻ để cho tip vì có rất nhiều chặng, như người giúp lấy hành lý từ phi trường, ra xe hơi, di chuyển tới quan thuế, rồi tới tàu ferry rời đảo St. Martin và tới đảo Anguilla, rồi tới khách sạn. Lẽ dĩ nhiên các tài tử và danh ca nổi danh họ bay thẳng bằng máy bay riêng của họ nên họ tránh được các lỉnh kỉnh đó.

Tất cả các thực phẩm đều phải nhập cảnh (ngoài vài trái cây như kể trên và đồ biển) thành ra thức ăn rất mắc gần như bằng giá thức ăn ở trong thành phố New York.

Four Seasons Resort chiếm ngay một góc nhỏ của đảo và có hai bãi biển bên cạnh. Khi tới nhóm N. được 3-4 nhân viên tiếp khách xum xoe ngay giúp nào đưa khăn tay trắng chùi mặt tay, nào mời uống nước đá chanh hay nước hoa quả, nào khiêng hành lý. Thủ tục ghi danh rất nhanh chóng, Chỗ tiếp đón và hành lang rất rộng rãi và mát lộng. Nhóm N đươc chỉ dẫn lên phòng. Đó là một suite cho hai người ngó ngay ra biển với tiếng vỗ sóng. Trên bàn có để sẵn một chai champagne với sô đá cùng vài lọ đậu lạc và hột điều. Giường nệm gối lông down trắng boong. Chỗ vệ sinh rất rộng to như phòng ngủ ở khách sạn trung bình. Quầy rửa măt tay cho hai người với 1 kính gương to, trên bàn có để sẵn các lọ dầu kem da khá lớn có tên của các công ty mỹ phẩm nổi tiếng trên thế giới. Có một bồn tắm cách riêng với một chỗ tắm hoa sen. Ngay cửa có một chỗ để áo choàng, khăn tắm. khăn chùi mặt có thêu nhãn hiệu cây thông Four Seasons. Ngoài phòng veranda có một Jacuzzi (khá lớn có thể cho 4-5 người dùng được) lộ thiên riêng cho mỗi phòng.

Khách sạn Four Seasons của Anguilla có 2 bãi biển nhỏ bên cạnh. Tuy rằng các bãi biển là công cộng theo luật của nhà nước nhưng vì xa dân cư bản xứ lại không có chỗ xe đậu nên gần như chỉ du khách của khách sạn mới dùng được. 2 bãi biển đó có sẵn một nhà nghỉ mát có bán rượu hay thức ăn nóng. Ghế dài nằm tắm biển, dù che nắng, lait chống nắng và khăn tắm cho khách dùng miễn phí cùng nước đá chanh lạnh. Khách sạn có 3 hồ bơi, nước ấm dễ chịu, một hồ có tên là Infiniti nghĩa là có hai cạnh nhô ra biển trông xa như là nước hồ tiếp nối với biển xanh. Chỗ nằm phơi nắng có hai loại, ghế dài xoải hay ở trong một chỗ vuông như một phòng nhỏ với tấm vải phất phơ bay theo chiều gió.

Đêm đầu tiên là đêm giao thừa: N và gia đình xuống ăn tối, phòng ăn rộng rãi ngay cạnh biển. Tất cả đươc đón tiếp bởi các nhân viên phục dịch ăn mặc đồng phục giống như thời Belle Époque /Charleston (1920-1930) của Hoa kỳ với mũ đen, áo trắng gilet có nơ ở cổ và quần đen với dây choàng quần (bretelles). Trên bàn dài trước khi vào cửa phòng ăn có để sẵn nhiều mũ đen loại feutre (fedora) vòng lông (giả) choàng cổ cho phái nữ và các đồ thổi gây tiếng động (noise maker). Món ăn thì đầy rứa nào là caviar, oyster, snow crab, steak filet mignon, tôm, đủ loại salad, bánh trái tráng miệng, v.v.v... Nhân viên phục vụ (phần nhiều là da đen) rất lịch sự.

Ăn xong tất cả du khách ra ngoài sân nghe nhạc sống với ca sĩ yé yé nhộn nhịp. Nghe nói một bàn độ 10 người uống rượu thả cửa phải trả 10 ngàn đô la. Đêm đó có mưa lất phất nhưng các thanh nam thanh nữ trẻ trung không cho là phiền hà gì cả. Họ vừa cầm ly sâm banh vừa nhẩy uốn éo theo nhịp nhạc trông rất hấp dẫn, nhất là họ ăn mặc theo thời trang sang trọng. Nhạc giật gân chập chùng cộng với ánh đèn chớp nhoáng làm không khí vui nhộn.

Gần tới giờ đêm giao thừa thì ban nhạc đánh bản Auld Lang Syne rồi tự nhiên tất cả đếm từ số 10, tới 9, 8... tới số 1 thì bong bóng được thả từ trên cao xuống và các cặp ôm nhau hôn hít. Tiếng kèn sáo thổi toe toét cộng với tiếng nổ lộp bộp của các bong bóng bị bóp/đốt nổ làm không khí vui nhộn hẳn lên. Sau đó là tiếng nổ như pháo rang của pháo bông vang rền lên tỏa ánh sáng chập chùng nổ liên miên dài tới cả 30 phút (có nhiều loại pháo bông nở hoa rất đẹp rất đáng giá có thể chỉ thua pháo bông của Fourth of July của Washington, DC mà thôi!).

Mưa phùn lúc đó cũng chấm dứt và các cặp trẻ lại tiếp tục say sưa ôm nhau nhẩy theo tiếng hát nhạc (có vẻ lả lươi hơn vì rượu?) cho tới 2-3 giờ sáng. Cảnh này làm N. lại nhớ tới một cảnh sa đọa trong phim "The Wolf of Walls Street" mà tài tử Leonardo DiCaprio tổ chức để đãi bạn bè nhân dịp trúng mối mà tiền chi phí không thành vấn đề. Hôm sau là ngày lấy lại dưỡng sức ai nấy đều ngủ khuya cho tới trưa mới dậy rồi ra ăn sáng/brunch.

Chiều hôm đó nhóm N. lái xe ra đi thăm quanh đảo. Anguilla có cái lạ là không có downtown như ở các đảo Caribbean khác nghĩa là không có chỗ tụ tập các nhà dân bản xứ ở. Các nhà đều ở cách xa nhau như là một villa nhỏ, thỉnh thoảng mới có hai ba căn nhà ở sát nhau. Khu thương mại cũng vậy, không tụ tập nhau gì cả. Có độ 3 siêu thị nghe nói tụi Tàu chệt cai quản một chợ (Tầu chệt cũng đặt vết chân trên đảo bằng cách xây dựng đường xá cho không nhưng bắt phải dùng nhân công chệt từ Trung Hoa lục địa sang).

Nhóm N. cũng được chỉ cho xem một biệt thự sang trọng với kiến trúc tân thời ngay cạnh biển có bãi cát riêng, được biết là giá thuê là 11 ngàn đô la (2020) một đêm nhưng phải mướn ít nhất là 10 đêm (Villa Kandara có 6 phòng ngủ loại suite).

Tối hôm đó sau khi ăn tối xong thì tất cả xuống sân cỏ để thư giãn. Sân đó có ghế ngồi lịch sự và bàn có để sẵn kẹo chocolat và kẹo marshmallow để nướng trên lửa bonfire ở giữa. Rượu bia thì có bar ngay gần đó. Nhạc DJ êm dịu phảng phất từ các dàn phóng thanh Boss đặt chung quanh các ghế ngồi.

Hôm sau nhóm N. thuê hai hướng dẫn viên đi xem "chim" (một thú vui của trưởng giả). Họ lái xe đi ra hai hồ nhỏ để xem "chim". Họ phát cho mỗi người một ống viễn kính (binocular) cùng một tờ plastic có tên và hình các loại chim sẽ được xem như black-necked stilt, white-cheeked pintail, magnificent frigate bird, ruddy turnstone, snow egret (hạc trắng). Có lúc họ cũng đặt một ống nhìn xa (telescope) để xem rõ hơn vì ống nhìn bất động vững chắc.

Trong lúc di chuyển thì nghe thấy tiếng cò co rick co (cocorico) của một chú gà rừng đang cù ki với mấy chị gà mái chung quanh. Chú gà đó có mào đỏ lông cổ đỏ và mình đen trông giống như các con gà nuôi ở Việt nam. Nghe nói là không ai bắt ăn thịt các con gà đó cả mà chỉ để khoe cho khách du lịch xem thưởng thức. Tên loại gà đó là Red jungle fowl, N. bèn chọc đùa là ở Hợp Chủng Quốc thì có tên là Kentucky (Fried Chicken) Gallus Gallus (tiếng la tinh của loại gà). Có cái lạ là lúc đó khoảng 10 giờ sáng mà chú gà đó gáy. Hay là chú gà đó quen với đời sống trưởng giả ngủ trễ của dân chúng/du khách ở Anguilla?

Chiều hôm đó N. được hưởng nửa tiếng massage ở một khu biệt thự của Four Seasons cạnh đó với kiến trúc sang trọng và tân thời. Khách hàng gặp ở đó trông thấy ăn mặt rất chic và trẻ trung xinh đẹp. (tuy nhiên N. không thích lắm vì khi một cô da đen trẻ dẫn vào phòng massage thì cô ta bịt mắt N. lại rồi làm massage rất im lặng ngoài tiếng nhạc êm dịu và thoang thoảng mùi nước hoa thơm dễ chịu, đến khi mở mắt ra thì hóa ra là một cô/bà khác thành ra N. không biết là đã được một cô/bà làm massage hay một đấng đàn ông sờ đây??).

Kết luận: N. nhận xét đời sống trưởng giả sang trọng này quá giả tạo (tiền không thành vấn đề). So sánh với đảo Antigua (Jumby Bay Island Resort ở một đảo Caribbean khác giá mắc tương đương) thì du khách tại Anguilla có vẻ trẻ trung hơn, ăn mặc chic hấp dẫn và họ hay tụ tập chơi với nhau, khác với Antigua thì họ ở riêng biệt trong các villa xa cách nhau ít tiếp xúc chung, này ngoại trừ lúc ăn. Còn khi gặp nhau ngoài bãi biển thì phần nhiều ở Antigua là những ông bà lớn tuổi bụng bự, da nhăn nheo nằm phơi nắng. Hay lác đác thì thấy các đại gia đó cặp kè với một cô bồ nhí trẻ chân đài xinh xắn. Đời là vậy!

*****

Viếng Thăm Khu Nổi Dậy Quốc Hội Hoa Kỳ

Một Phóng Sự Và Vài Cảm Nghĩ

"Bức Tranh Vân Cẩu Vẽ Người Tang Thương (Cung Oán Ngâm Khúc)"

Hôm nay là mồng 6 tháng 2 năm 2021, đúng 1 tháng sau ngày nổi dậy vào khu Quốc Hội Hoa Kỳ (QH). N. nảy ra ý định đi thăm các chỗ biến cố có một không hai của lịch sử nước Hoa Kỳ.

Đi từ ngoại ô tiểu bang Virginia theo đường 66 vào D.C. qua cầu Theodore Roosevelt Bridge, N. đi thẳng vào Constitution Avenue hướng về Quốc Hội (Capitol), khi đi đến khu The Mall gần Quốc Hội thì N. thấy 2 nhóm lính (Vệ binh) mặc đồ tác chiến nhưng không có súng ống đang đi loanh quanh, chắc họ đang ở trong thời gian nghỉ ngơi nên họ đi thăm quan ngắm cảnh như những người dân thường du lịch. N. được biết là ở lúc cao điểm có tới 25 ngàn Vệ binh (như vậy quân số hơn một Sư Đoàn) từ nhiều tiểu bang được huy động tới để bảo vệ QH, nay chỉ còn có độ 5 ngàn Vệ binh mà thôi!

Mọi lần trước khi có biến cố thì N. có thể lái xe xát tới gần các bực thang vào QH nhưng nay thì bị bao bọc bởi một hàng rào sắt cách cả độ 2 hay 3 blocks. Các bực thang này có huyền thoại được đồn đãi là Dân biểu John Jenrette làm tình với cô Rita Jenrette trên các bực thang ngoài trời QH thời năm 1980.

N. phải lái xe vào theo lối chỉ đường duy nhất cho phép được đi nhưng N. định đi vòng vòng bọc quanh với hy vọng là kiếm được ra đường đi bọc sau QH để qua toà nhà Tối Cao Pháp Viện. Nhưng không may loay hoay làm sao đó N. bị cho chui vào đường ra phía Bắc vào Tiểu bang Maryland. Thế là N. bi tàu hỏa nhập ma lạc đường mãi sau phải dùng GPS mới thoát ra khỏi khu mê hồn đó!

Mới không xa đâu vài tháng trước đó N. đã từng lái xe ven theo các toà nhà Dân biểu (Cannon House Building), Library of Congress, toà nhà Thượng Nghị Sĩ (Russell Senate Building) và toà nhà Tối Cao Pháp Viện mà không bị trở ngại gì cả. Nay hoàn toàn không trông thấy các toà nhà hiên ngang đó nữa!

Thế là N. đành phải trở ra khu toà nhà Bạch Ốc (The White House-WH-). N. nhớ cỡ hơn 40 năm trước khi N. có dịp đi thăm Hoa Thịnh Đốn, N. từng đi bách bộ ngay sát hàng rào sân cỏ sau đằng sau WH, nhưng nay thì ôi thôi tất cả khu đó bị cấm đi bộ hay lái xe cả tới 3-4 blocks mới thấy hàng rào WH! Phía trước WH cũng bị chận bởi một hàng rào sắt. 2 blocks khúc đường 16 dẫn tới WH được đổi tên là BLM Plaza và sân đường được vẽ chữ mầu vàng to tướng BLM. Góc đường nào cũng có 3-4 chiếc xe cảnh sát có cảnh sát thật sự chứ không như ở vài chỗ khác có xe cảnh sát nhưng không có người ngồi trong như là chỉ để làm decoy cho dân thức tỉnh đừng vi phạm lưu thông. Không những xe đó là xe cảnh sát thường gặp nhưng lại có thêm xe cảnh sát pick up chứa nhiều xe đạp để sẵn để chống đám đông biểu tình. Mặt các ông cảnh sát này lầm lì không thân thiện cho lắm. Nghĩ kỹ cũng thấy tội nghiệp các ông đó, trên đe dưới búa, áp dụng quá tay (làm sao mà biết mà tránh khi đang nguy cập) thì bị mất việc ra toà, bỏ lơ thì cũng bị khiển trách mất viêc. Lại còn bị dân chúng đòi "Defund the Police". Nhưng cái oái oăm là khi trước dân biểu tình hô hào đòi cảnh sát phải bị giải ngũ, nay sau vụ nổi loạn thì lại êm re, xe cảnh sát đầy đường mà không thấy ai đòi "Defund the Police" nữa!

Các đường phố vắng tanh ít xe cộ đi lại, nhà cửa, tiệm bán hàng, tiệm ăn vẫn còn để ván gỗ chắn bị đập phá. Ở khu BLM có khoảng chừng hai chục khách bộ hành, phần nhiều là dân da đen, có một bà đang dậy nhảy múa ballet (choreography?) cho hai cô con gái mặc váy đen lấy background là toà nhà WH. Dân chúng rất e dè chụp hình (e sợ cảnh sát ngồi trong xe chụp hình họ). Đi ngang qua Trump International Hotel thì thấy hàng rào sắt chặn ngay trước cửa (chắc khách hàng phải đi cửa hông). Đâu còn là chỗ sang trọng (US$600 tới US$7,000 một phòng) mà các lobbyists quay cuồng tụ họp lúc trước để dựa lây lấy tiếng tăm!

CẢM NGHĨ:

- Lúc trước (hơn 40 năm trước) dân chúng được đi bộ sát ngay hàng rào của WH để chụp hình hay treo biểu ngữ hoan hô hay chống đối chính phủ (Hành Pháp). Thời Tổng Thống Lincoln còn hay hơn nữa, TT Lincoln cho phép dân chúng đi thẳng vào toà nhà WH (WH được gọi là People's House) để đệ đơn khiếu nại hay xin việc. TT Lincoln khuyến khích dân chúng làm như vậy.

- Lúc trước dân chúng được đi bộ thản nhiên trên các bực thềm đá của Congress (Lập Pháp). Hay các cử tri có quyền tới gặp thẳng đại diện lập pháp (Dân Biểu hay

Thượng Nghị Sĩ) của họ. N. cũng từng nhiều năm liền đi dạo mát xem cây Noel của Quốc Hội mà không bị ngăn chận hay bị làm rắc rối gì cả.

- Lúc trước, toà nhà Tối Cao Pháp Viện (Tư Pháp) dân chúng được tự do bước trên các bực thềm đá trước toà nhà hay đem biểu ngữ chống đối hay hô hào chuyện gì đó.

- Cả ba nhánh của chính phủ nay ở trong một/hai khu (lồng?) nhà có hàng rào sắt có đầy đủ lính gác/ cảnh sát trang bị súng ống đầy đủ kiểm soát nghiêm ngặt ra vào. Và các chiến binh Vệ binh/Quân Đội Hoa kỳ đó phần nhiều họ gia nhập Quân Đội vì lòng ái quốc nay không hiểu có bị "sốc" khi đi vào nhà vệ sinh/tắm rửa riêng cho nam hay nữ thì họ đứng (hay ngồi cạnh) một chiến hữu không biết giống nào đây? (Sắc lệnh mới cho phép chuyển giới có quyền gia nhập Quân Đội).

- TT Thomas Jefferson có nói:

  "Khi người dân sợ chính phủ, chúng ta có độc tài.
  Khi chính phủ sợ người dân, chúng ta có tư do."

  "When the government fears the people, there is liberty. When the people fear the government, there is tyranny."

Nghĩ sao đây?

Buồn man mác…

"Trải Qua Một Cuộc Bể Dâu, Những Điều Trông Thấy Mà Đau Đớn Lòng" (Nguyễn Du)

Nguyễn Dương

Vòng quanh nước Pháp
(Mon Tour de France)

Nguyễn Dương

Nói tới tháng 7 bên Pháp là nghĩ ngay tới Tour de France. Cuộc đua xe đạp vòng quanh nước Pháp để kết thúc chung quanh ngày Lễ Độc Lập 14 Juillet của Pháp. Nói là vòng quanh nước Pháp nhưng chính ra chỉ có từng chặng chung quanh Pháp chứ không liền tù tì, các đoạn đó thay đổi hàng năm nhưng kết thúc tại Paris.

Năm nay 2022, dân Pháp lại tiếp tục ân hận là trong 10 tay đua xếp đầu thì chỉ có 2 tên là công dân Pháp quốc còn lại toàn là người ngoại quốc (chiếm giải áo vàng là người Đan Mạch tên là Jonas Vingegaard)! Kể ra thì chẳng có gì là lạ cả vì không lâu trước có Lance Armstrong đã đạt được 7 giải Maillot Jaune (mặc dù về sau bị tước mất vì bị kết án là doping). Đâu còn thời Louison Bobet (3 lần 1953,54,55), Jacques Anquetil (4 lần 1961,62,63,64) và Bernard Hinault (5 lần 1978,79,81,82,85) làm vẻ vang nước Pháp.

Viết tới đây Tour de France của N. chỉ là những chỗ viếng thăm của N. cũng chỉ vì từ hồi mặc quần short cho tới khi được mặc pantalon ở các trường Tây Lycée Rollande, Albert Sarraut, Chasseloup Laubat- sau đổi thành Jean Jacques Rousseau), N. đã bị nhồi sọ học thuộc lòng "Nos Ancêtres Sont des Gaulois" chứ không thì bị ăn gifles (tát) thường xuyên bởi bà giáo sadique tên là Bégat (thời thực dân Pháp đó cho là thường) chứ hiện nay sẽ bị kiện "child abuse" dễ như chơi!

Vì bị nhồi sọ nó nhiễm vào tiềm thức thành ra tuy bị ấm ức nhưng vẫn bị lôi cuốn vào nước Pháp, văn hoá, lịch sử và nhất là géographie (địa dư) của nước Pháp. Vì vậy N. thuộc lòng các địa danh nước Pháp. Khi còn ở Saigon của xứ Việt Nam Cộng Hòa yêu quý của N., N. hy vọng được thăm viếng những chỗ đó.

Đổi đời năm 1975 N. được sang nước Mỹ Cờ Hoa rồi lưu lạc làm việc ở Tây Đức (Frankfurt) chỉ cách Paris độ 4 tiếng lái xe. Thành ra N. có dịp sang Pháp rất thường xuyên gần như là khi có 3 ngày nghỉ cuối tuần là N. chất vợ và 3 con phóng xe đến Paris ngay để ăn baguettes và jambonneau bơ ngay! Lúc đó vì sang Paris rất nhiều lần N. có thể lái xe hơi ở Paris mà không cần bản đồ, có thể là lúc đó N. còn 'jeune', dân Paris vẫn còn thưa thớt và ít khách du lịch như hiện nay (bây giờ thì N. chịu thua). Lần chót N. viếng thăm nước Pháp là hồi tháng 7 vừa qua.

Nói tới nước Pháp là phải nói tới Paris ngay, thủ đô ánh sáng, "J'ai deux amours, mon pays et Paris" (hát bởi Jacqueline Francois, Line Reynaud, Tino Rossi...) Ai cũng bị hấp dẫn với dòng sông Seine thơ mộng như trong phim "Midnight in Paris" với cậu Owen Wilson lang thang bên bờ sông nhớ tới cô đào Marion Cotillard đến nỗi có một chú cá voi beluga đang sống ở biển nước mặn La Manche cũng bị lôi cuốn vào dòng sông nước ngọt Seine (hay bị một cô mỹ nhân ngư (sirène) Pháp nào dụ tới?) để rồi bỏ mạng tại đó (Aôut 2022).

Paris với những chỗ du lịch nổi tiếng như Montmartre Sacré-Coeur, Notre Dame, Tour Eiffel, Arc de Triomphe, Musées du Louvre và Quai D'Orsay, lâu đài Versailles và Vaux le Vicomte, Les Invalides với quan tài Napoléon lộng lẫy trang nghiêm đầy lịch sử nhưng lạnh lẽo, Pont Neuf với những ổ khoá tình yêu, chỗ công chúa Diana tử nạn xe hơi (nay có một tượng nhỏ đuốc vàng làm kỷ niệm).

Viết tới đây N. lại nhớ tới lúc lần đầu tiên lái xe tới Paris khi nhập vào vòng quanh Arc de Triomphe thì dễ dàng nhưng muốn đi ra thì lúng túng vì có nhiều xe khác bọc chung quanh xe N. làm N. sợ đụng xe nên phải đi vòng quanh mấy lần (quê ơi là quê!). N. cũng chạnh nghĩ tới một bài của một người du khách ngoại quốc viết là khi tới Saigon họ rất sợ qua bên đường bên kia vì đường phố nghẽn nghẹt đầy xe gắn máy mà không dám đánh liều đi bộ ngang qua.

N. cũng không quên đi Giverny ở ngoại ô Paris để xem vườn của danh họa Claude Monet với bức tranh nổi tiếng chiếc cầu ở hồ hoa lily.

Trên đường từ Tây Đức qua Paris, N. thỉnh thoảng ghé thăm BS Trương Ngọc Châu (Y sĩ Đại úy Nhẩy Dù cùng lớp với N.) ở tỉnh Reims (nơi đăng quang các vua chúa Pháp ngày xưa). BS Châu rất phóng khoáng mời ăn tại nhà vài ba lần (bà xã TN Châu nấu ăn hết xẩy). Có lúc tới thăm đúng lúc ngày 1er Mai, bà xã N. được bà Châu hái hoa muguet tặng làm kỷ niệm. BS Châu cũng dẫn đi thăm Cuvée Taittinger và hãng Veuve Clicquot nổi tiếng về champagne và được tặng hai chai sâm banh đem về. Ở đó N. cũng được làm quen với anh Đinh Nhật Thắng là chủ một tiệm ăn Tây và được đãi ăn một bữa ăn trưa rất ngon miệng. 2 bạn TN Châu và ĐN Thắng nay đã đi rồi RIP bạn Châu và Thắng.

Trở về phía Bắc N. đã đi thăm tỉnh kỹ nghệ Lille, thăm gia đình của một người bạn học ở JJR (Nguyễn Tường Lộc) rồi ghé tới bãi Dunkerque nơi mà Hitler hố to khi để cả trăm ngàn binh lính Anh quốc và đồng minh thoát chạy đươc sang Anh. N. cũng đã ghé vào Calais khi lái xe đáp tàu sang Luân đôn.

Tiếp tục về phía Tây N. ghé Le Havre và gần đó xem falaises d'Étretat rồi đi tới tỉnh Deauville biển gió lạnh. N. cũng vào lướt qua vào casino nhưng vì không phải là một đại gia nên không dám thử thời vận. N. cũng ghé tỉnh Honfleur với những salon tranh ảnh của các họa sĩ Claude Monet và Eugène Boudin.

Bọc sang phía Tây N. lựa lúc thủy triều thấp để leo lên núi Mont Saint Michel. Khi đi ngang qua bãi cát biển La Manche, N. nhớ tới đoạn phim mà cô đào Bo Derek mặc bộ đồ Eve cưỡi ngựa trên bãi cát trong phim 10.

Lần lần N. tới Cherbourg và nhớ lại cô đào khả ái Catherine Deneuve trong phim "Les Parapluies de Cherbourg" và cố tìm ra được chỗ quay phim đó (một bà bàn épicerie ở đó nói với N. là họ dùng arrosoir để làm cảnh mưa khi quay phim).

Lẽ dĩ nhiên N. không thể nào bỏ qua viếng thăm bãi biển Normandy nơi mà quân đội Đồng minh đổ bộ trong Thế Chiến thứ 2 (bãi đổ bộ Utah, Omaha và Pointe du Hoc nơi mà lính Mỹ phải leo lên mảnh tường falaise cao mà chiến đấu). Trông thấy họ treo một búp bê chú lính Mỹ bị kẹt dù lơ lửng ở trên nóc nhà thờ Ste. Mère-Église làm N. nhớ tới khuôn mặt sợ sệt của một tài tử đóng vai một lính nhảy dù Mỹ bị mắc kẹt lưới dù ở trên nóc mái ngói nhà thờ khi trông thấy ở dưới sân nhà thờ lính Đức quốc xã đang xả súng bắn vào các bạn đồng đội đang nhảy dù xuống đất trong phim "The Longest Day" với John Wayne đóng vai một Trung tá Nhảy dù.

N. cũng đi xem nghĩa địa các chiến sĩ Hoa kỳ đã tử trận tại đó ở St. Laurent-sur-Mer hay Coleville-sur-Mer và nghĩa địa của lính Đức ở La Cambria (rất macabre u ám ảm đạm vì là nhiều mộ chôn tập thể chứ không như riêng từng mộ lính một của quân đội Đồng minh).

Tiếp tục sang phía Tây, N. ghé thăm nhà Giáo sư Nguyễn Hữu và được GS Hữu và phu nhân dẫn đi xem hải cảng chỗ tàu ngầm U-2 kiên cố.

Với GS Nguyễn Hữu và phu nhân cùng vợ Bạch Hường

N. cũng được dẫn đi xem đường Siam (Rue De Siam) mà thi sĩ Jacques Prévert làm thơ sau đây:

"Rappelle-toi, Barbara. Il pleuvait sans cesse sur Brest.

Et je t'ai croisée Rue de Siam. Tu souriais,

Et moi je souriais de même.

Rappelle-toi, Barbara. Toi que je ne connaissais pas.

Toi qui ne me connaissais pas. Rappelle-toi".

Sở dĩ có tên là Rue de Siam vì vào thời Vua Louis XIV, năm 1686, vua Thái Lan sai Đại sứ của Triều đình Thái đổ bộ xuống tỉnh Brest dẫn theo một đoàn tùy tùng (theo lời truyền thuyết GS Hữu kể) có đem theo một con voi đi tới Versailles để triều kiến vua Louis XIV.

GS Hữu cũng dẫn N. đi tới đầu lưỡi con rồng Bretagne là tỉnh Camaret-Sur-Mer (vùng Bretagne được ví như là đầu con rồng). Trên đường tới Camaret-Sur-Mer, GS Hữu dí dỏm nói nay hết còn các "Filles de Camaret". N. hỏi "Filles de Camaret" có khác gì với "Girl of Ipanema" (Brazil) thì GS nói lúc trước tỉnh Camaret-Sur-Mer là một bến tàu có nhiều lính Hải quân nên có nhiều nhà hồng lâu với các "Filles". Nay tỉnh Camaret-Sur-Mer không còn là chỗ đồn trú lính thủy nên các "Filles de Camaret" cũng biến mất luôn!

Vì vùng Bretagne thuộc dân Breton nên có gốc tích giống một bộ lạc bên Anh nên trên đường đi cũng có vài chỗ đất có nhiều tảng đá cắm xuống đất như các tảng đá vùng Stonehenge ở Anh quốc. N. cũng ghé tới mỏm Point de Pen-Hir, nơi này hồi Đại Chiến thứ 2, dân kháng chiến Pháp chống Đức Quốc Xã gia nhập theo đoàn người France Libre của Tướng De Gaulle lên thuyền để trốn sang Anh Quốc. Chỗ tàu ra đi đó nay được xây một tượng đá lớn Croix de Lorraine (tiêu biểu cho France Libre của Tướng De Gaulle). Gần đó cũng có vài lô cốt do quân đội Đức Quốc xã xây để chống đổ bộ của quân lính đồng minh.

Lò mò tới phía Nam thì N. đi dọc theo sông Loire xem các lâu đài của vua chúa Pháp ngày xưa như Château de Chambord, Château de Chenonceau (được Vua Henri II xây cho tình nhân Diane de Poitiers), lâu đài Blois với cầu thang xéo... Lâu đài nào cũng tràn ngập với những portraits lịch sử của vua chúa nước Pháp.

Dần dần N. đi ngang qua tỉnh Nantes nơi sản xuất bánh biscuits LU -Lefève Utile- (hãng LU nay bị hãng Kraft Foods mua mất rồi) mà N. nhớ mãi lúc bé gậm nhấm từ từ 52 các "răng cưa" chung quanh bánh biscuits (tượng trưng cho 52 tuần) và 4 "tai" bánh (tượng trưng cho 4 mùa),

Xuống tới Bordeaux, N. không thể quên được là lúc học ở lycée có bài viết về mùa hái nho. Các chủ hãng rươu mướn các cô cậu sinh viên tới sắn ống quần lên để dẫm lên thùng nho để làm rượu (sách lúc đó viết vậy thế mà dám tin là thật!)

Dọc theo bờ biển phía Nam nữa, N. leo lên đồi cát Dune du Pilat, là đồi cát lớn nhất ở Âu Châu (thua xa sa mạc ở Saudi Arabia mà N. bị miễn cưỡng "được đi" du lịch) nhưng Dune du Pilat có gió thổi mát lại có cái thú vị là được ngắm các cô cậu trẻ đẹp không chùm mặt kỹ như ở Trung Đông! N. rồi ghé Baie d'Arcachon nơi sản xuất nổi tiếng sò "huitres" mà dân Pháp ngấu nghiến đêm Saint Sylvestre. Ở đó có các rặng cây phi lao thơ mộng như ở Phan Rang, Đại Lãnh nước ta.

Ở dưới xáp với biên giới Tây ban Nha N. đi dạo biển Atlantic trên bờ biển tỉnh Biarritz có nhiều hàng rào cây hoa Hortensia (Hydrangea). Truyền thuyết cho rằng tên Hortensia là dân chúng ở vùng đó nâng "bi" bà Hoàng Hậu (tên là Hortense de Beauharnais) của Hoàng Đế Napoléon III khi ông ta đổ tiền vào vùng đó để xây dựng các cao ốc nguy nga cho các đại gia tới tránh rét ở phía Bắc. Cũng có truyền thuyết cho rằng tên hoa Hortensia là do Hoàng Hậu Joséphine Napoléon vinh danh cho con gái tên là Hortense de Beauharnais, sau đó làm hoàng hậu Hòa Lan, (tin đó không đúng). Cạnh đó là tỉnh Bayonne là vùng dân Basque nổi tiếng về "jambon de Bayonne" (chả đặc biệt gì lắm) và chocolat.

Đi về phía Đông một tí dọc theo rặng núi Pyrénées, N. lục tìm kiếm ra được chỗ tướng Roland cầm đầu toán quân đoạn hậu của Hoàng Đế Charlemagne khi rút quân về lại Pháp sau khi trị tội tụi Saracens (quân Hồi Giáo). Nhưng Roland không được may mắn bị tụi Hồi giáo trả thù phục kích ở Bataille de Ronceveau (778) và tử trận ngay đó. N. nằm trên bãi cỏ trận đó ngó lên trời mà tưởng tượng tới sự giết chóc kinh hoàng của quân Hồi giáo đang thanh toán đoàn quân của tướng Roland. N. cũng không quên bài ca "Chanson de Roland" được coi là bài hát quân hành cũ nhất của văn hóa Âu Châu. Cũng muốn nhắc là N. khi đi tìm kiếm chỗ trận địa nhất là chỗ "Pas de Roland", cái buồn cười là N. là một dân mít đặc khi N. hỏi dân địa phương về chỗ trận đánh đó thì không ai biết cả "Je ne sais pas"!. Phải tới hỏi một nhà thờ gần đó mới tìm ra đươc "Pas de Roland" là chỗ mà truyền thuyết cho rằng tướng Roland khi kéo toán quân đi thì bị một tảng đá lớn chặn đường núi mà quân của Roland phải đi qua. Roland bèn lấy một thanh kiếm tên là Durandal đục thủng tảng đá đó thì quân lính mới đi qua được.

Vòng qua phía Đông Nam N. đi qua tỉnh Marseille là thành phố lớn thứ nhì bên Pháp, nơi mà bản quốc ca Marseillaise được nổi lên. Marseille có La Major Cathédrale. Palace Longchamp (Water Palace) đáng để xem. Khi đứng trên cao nhà thờ thì thấy hòn đảo Château d'If nơi mà văn hào Alexandre Dumas viết truyện Comte de Monte Cristo được đóng thành phim hấp dẫn. Marseille cũng được nhắc tới qua món bouillabaisse marseillaise là súp đủ loại cá tươi.

Cạnh đó là vùng lầy Camargue là nơi dân Pháp duy nhất cấy được lúa gạo. Nơi đó cũng có ngựa rừng. Sang qua phía Đông nữa là Côte d'Azur với các tỉnh St. Tropez nơi có cô đào B. Bardot nổi tiếng khoe khỏa thân ở bãi biển. N. cũng được nghỉ mát tại tỉnh Vence (nổi tiếng có những ruộng xanh tươi thơm ngát cây lavender) ở một nhà kiếng (glass house) biệt thự nguy nga tân thời có piscine ngó ra vịnh biển có trồng cả chục cây chanh và cây olive san kẽ với vườn hồng và lavender thơm tho. Chỉ tội là biệt thự đó đẹp quá nhưng ngó mãi cả tuần cũng nhàm muốn ra ngoài làng nhưng nó cách xa cả trên 10 cây số nên không đi bộ ra được (lái xe thì không dám vì là đường trên đồi núi rất hẹp và quanh co) thành ra N. đành phải nằm nhà thui thủi tắm piscine cho qua ngày!

Dọc theo Côte d'Azur N. có ghé thăm tỉnh Grasse nơi sản xuất các hãng nước hoa nổi tiếng khắp thế giới. N. có được nghe đồn tếu là các hãng đó thỉnh thoảng đăng báo muốn kiếm người để ngửi mùi hôi nách của các bà đầm nhưng không hiểu có thật hay không (N. chắc chắn là không nộp đơn xin việc đó mặc dù là đầm Tây!).

Lẽ dĩ nhiên N. đi thăm Nice xem qua khách sạn quý phái Negresco, đi dọc theo Promenade des Anglais với bãi biển toàn là sỏi đá không hấp dẫn. N. cũng ghé thăm Cannes nơi có hàng năm Festival de Cannes và mướn ghế nằm ngay bãi biển để ngắm các cô starlettes khoe ngực khỏa thân để được các paparazzi chụp hình mà hy vọng lôi cuốn được các đạo diễn quèn cho đóng phim để được nổi tiếng.

Gần đó là Vương Quốc Monaco N. được xem tiểu đội lính hoàng gia Monaco mặc bộ đồ trắng toát đi diễn hành mỗi buổi trưa đúng 12 giờ trưa. N. cũng lái xe quanh co trên đồi Monaco nơi mà tài tử sau đó là Hoàng Hậu Monaco Grace Kelly tử nạn trên xa lộ.

Từ đó lên phía Bắc N. ghé qua đường hầm(tunnel) núi Mont Blanc ngọn núi cao nhất Âu Châu mà có hình dán trên hộp sữa đặc Nestlé mà dân mít ngày xưa được nếm sữa.

Ở trên thế giới này theo N. thì có 2 "cuisines" nổi tiếng ngon nhất đó là cơm Tây và cơm Tàu, và ở Pháp thì nổi tiếng nhất là nhà hàng Paul Bocus. Hồi còn ở bên Đức, cả mấy chục năm trước (quãng 1978), N. đánh liều làm réservation cho gia đình N. cả 3- 4 tuần trước của tiệm ông ta ở Lyon dọc theo sông Rhône. Ăn ở đó quá mắc thời đó mà đã phải trả 100 đô cho một người. Trước khi vào phòng ăn họ dẫn gia đình N. qua bếp của họ với các xoong chảo sạch sẽ bóng lộn. N. được thưởng thức món Poulet de Bresse nổi tiếng nhưng than ôi, lúc họ đem ra con gà họ chỉ cắt lườn gà cho ăn mà thôi (N. tưởng là sau khi họ cắt lườn gà cho vào đĩa ăn rồi họ sẽ cắt thịt đùi cho ăn, nhưng quê một cục, họ chỉ cho ăn lườn gà mà thôi. Đại gia mà!). Rồi món Soufflé de Pompidou (để 'nâng bi'? Tonton nước Pháp thời đó). Món soufflé đó không hợp với khẩu vị N. Bữa ăn ở Paul Bocus đó chỉ nhớ đặc biệt là mỗi 2 thực khách có 1 người hầu bàn đứng đằng sau lo cho: hễ ăn xong một món gì là họ tới thay đĩa dao muỗng và fourchette ngay. Lại vì phải mặc complet nên N. không thấy được thoải mái cho lắm, nhất là nghĩ có vị hầu bàn đang đứng sau lưng nhòm ngó! Đang ăn thì ông Paul Bocus ghé thăm hỏi "Ça vas?"

Lên phía Bắc trên tỉnh Lyon, N. ghé qua Chamonix xem các cô cậu đại gia ăn mặc xôm tụ xách ski lẽo đẽo ra trượt tuyết. N. không thích đi ski cho lắm (vì đó là thể thao dễ gẫy xương như chơi).

Lượn qua phía Đông N. ghé xem phòng tuyến Maginot nơi mà quân Pháp bố trí hầm hố để chống quân Đức xâm lăng nhưng Hitler làm Pháp hố vì quân Đức tràn qua ở phía Bắc qua nước Belgique. Thành ra tuyến Maginot bị ế hàng nhưng được trở thành một chỗ du lịch cho các aficionado chiến tranh tới xem chiêm ngưỡng hầm hố và các địa đạo dưới đất.

Gần đó là tỉnh Strasbourg và miền Alsace mà ngày xưa đổi chủ Đức và Pháp liên tục. Alsace nổi tiếng về bière và nhà cửa có kiểu kiến trúc đặc biệt. Đi ngang qua đó N. ghé ăn ở tỉnh Nancy và Verdun rồi đi xem Ossuaire de Verdun (Douaumont Ossuary) là nơi chôn giữ các bộ xương lính tử trận Đại Chiến Thứ Nhất.

Giữa nước Pháp là Massif Central, một rặng núi như là trái tim của nước Pháp, N. đâu có thể nào bỏ qua được nhất là có một thời tỉnh Vichy là thủ đô của nước Pháp còn lại sau khi Đức Quốc Xã xâm chiếm lấy cả nửa trên phía Bắc nước Pháp. N. lái xe xuống tỉnh Clermont-Ferrand là nơi chôn nhau cắt rốn của anh em Michelin không những nổi tiếng về bánh xe hơi mà là cả đánh giá các tiệm ăn từ 1 cho tới 4 sao (tuyệt đẳng) gọi là Michelin star. Sau đó N. ghé qua tỉnh Limoges nơi sản xuất các sản phẩm đồ gốm porcelain rồi viếng và ở lại qua đêm ở tỉnh Vichy, uống nước suối Vichy và ngủ tại Vichy Célestins Spa Hôtel (4 sao) ở đó.

Tiếp theo N. ngủ vài đêm ở Château de Nieuill (quảng cáo là 5 sao nhưng N. không tin), nơi mà vua Francois 1er dừng chân ngủ sau khi đi săn ở vùng đó. Lâu đài đó chả có gì là lạ cả, cũng có rãnh nước gần như bao chung quanh lâu đài, có một "tour" để lính ở canh gác, sau đó trở thành phòng ngủ đặc biệt cho du khách. Các phòng không có số nhưng được đặt tên các con chim như La Mésange, La Tourterelle (một loại chim bồ câu), Le Rossignol, ... N. vốn thích ăn chim bồ câu quay nhất khi xưa ở Saigon nếu có tiền thì tự đãi một bữa chim bồ câu quay ở tiệm Diamond trên đường Trần Hưng Đạo trong Chợ lớn, nên khi trông thấy restaurant menu của lâu đài Nieuill (La Grange aux Oies) có món Pigeon nên N. làm réservation vào ăn. N. phải công nhận là món pigeon ở đó khá ngon (tuy không bằng tiệm Diamond) nên N. gọi ăn 2 lần món entrée đó.

Về lịch sử thì nước Pháp rất tự hào có Hoàng đế Napoléon có thời ngự trị gần như hết Âu Châu thành ra N. không thể nào bỏ qua thăm viếng đảo Corse, tới chỗ sinh thời của Napoléon với mối tình đầu nàng Désirée (Ajaccio) cùng ghé thăm vài bãi biển đảo

Corse (Bastia, Calvi..,,) và nếm món sanglier đặc biệt vùng đó (các con heo rừng này ăn toàn hạt dẻ -châtaigne hay chestnuts- có đầy trong rừng).

Nếu đã viết về đảo Corse tuy rằng không cùng trong thềm lục địa của nước Pháp thì là thiếu sót nên N. cũng đã đặt chân tới quần đảo Tahiti (Papeete, Bora Bora) nơi mà có các cô nàng vahiné hở ngực quấn tấm paréo lưu luyến quyến rũ các anh chàng Paul Gauguin và Marlon Brando phải ở lại và mất ở đó. (nhà cách mạng Kỳ Đồng cũng mất tại Tahiti nhưng là bị thực dân Pháp lưu đầy tới đó).

Thế là sau khi viếng thăm rặng núi Massif Central (có ghé qua Puy de Dôme là một núi lửa đã tắt từ lâu rồi). N. có thể tự hào là đã hoàn thành Tour de France theo ý của N., nhưng tóm tắt lại nước Pháp quả thật có bánh baguettes/ficelles với jambon beurre thơm ngon nhưng N. vẫn chưa kiếm được bánh mì tây đó ở Hoa kỳ.

Để chấm dứt bài này, khi N. đi thăm vùng Verdun-Nancy, N. đi qua một làng có tên là Regret với bảng dấu chỉ đường vào làng. N. chạnh nghĩ là oái ăm (và đau đớn) khi N. đã có dịp đi vòng quanh nước Pháp, đi vòng quanh thế giới trong 19 ngày và đã ghé chân vào 49 tiểu bang trong số 50 tiểu bang của nước Hợp Chủng Quốc mà N. lại không thực hiện được ý muốn ở nơi chôn nhau cắt rốn yêu quý là nước Việt Nam ta.

Nguyễn Dương

Tháng Tám 2022

Thư từ mặt trận

Chiến dịch Desert Shield-Desert Storm

Ngày 8 tháng 11 năm 1990 N. đáp máy bay về lục địa Mỹ đi công tác cho Sư đoàn 1 Thiết Giáp Hoa Kỳ.

Sau khi làm thủ tục nhập khách sạn N. lên phòng ngủ. Lúc đó là 9 giờ 45 tối rồi. Sau khi tắm xong, N. vặn Tivi lên xem tin tức tí ti trước khi ngủ, đang ngái ngủ, N. giật mình khi nghe tin Phát ngôn viên báo tin rằng Tổng Thống Bush quyết định gửi thêm 200.000 quân sang Trung Đông, sau đó là danh sách các sư đoàn sẽ di chuyển ra mặt trận. N. thấy sư đoàn của N. có tên trong đó. N. nghĩ thầm vì nếu cần đánh nhau với Thiết giáp Iraq, lẽ dĩ nhiên phải cần tới Sư đoàn của N. vì Sư đoàn 1 Thiết giáp được trang bị với thiết giáp tối tân nhất của Hoa Kỳ và là Sư đoàn "nặng" (heavy division) nhất trong Quân lực Hoa Kỳ. N. tuy vậy cũng hoang mang không biết là chừng nào phải di chuyển sang Saudi Arabia (S.A.) đây?

Hiện tại N. đang đi công tác, đúng ra là không cần phải liên lạc với cấp trên, nhưng sáng hôm sau N. thấy cần phải điện thoại cho Đại tá Tham Mưu Trưởng Sư Đoàn để nhận lệnh.

Khi gọi, N. được tin là cứ hoàn tất công tác sự vụ lệnh không phải về ngay. N. bèn yên chí tiếp tục công tác. Sau đó, N. gọi cho gia đình biết là không phải về lại Đức ngay. N. không lo gì lắm vì bận tâm với công tác, nhưng càng hoang mang vì điện thoại vợ con, cùng gia đình anh chị em tới tấp gọi lo lắng hộ cho N. Đúng ra thì N. cho chả có gì đáng ngại cả, nhưng ngày đêm qua những cú điện thoại nên N. cũng bị ảnh hưởng lo lắng không ít thì nhiều.

Sau một tuần công tác, N. như chương trình đã định trước được nghỉ thêm một tuần nữa để thăm gia đình con cái. Nghĩ rằng, lúc trước đã gọi về sở nhận lệnh cứ tiếp tục công tác, N. bèn tiếp tục bay sang Gia Nã Đại thăm mộ ông cụ và bạn bè ở Montréal. Đang hàn huyên với bạn cũ, thì con gái của N. gọi từ Hoa Kỳ sang báo là Đại Tá Tham Mưu Trưởng muốn nói chuyện với N. N. bèn gọi lại thì được biết là ông muốn N. về với đơn vị càng sớm càng tốt.

Thế là N. bèn cắt ngắn phép nghỉ và bỏ dở mục thăm viếng bạn bè và gia đình. Cũng may lúc đó tinh thần ái quốc của dân Mỹ cũng khá cao nên khi đổi vé máy bay về Mỹ và sang Đức, N. không gặp khó khăn gì cả. Đúng ra là vì đổi ngày giờ quá ngắn hạn phải trả một số tiền phạt, nhưng sau khi N. trình bày tình cảnh phải trở về đơn vị gấp, các hãng máy bay rất vui lòng đổi vé mà không bị phạt gì cả.

Về đến đơn vị ngay trưa hôm đó, N. đi vào sở trình diện ngay và được biết là có thể phái đi S.A. trong vòng hai hay ba tuần. Thường thường thì Bộ Tham Mưu chỉ họp một lần một tuần, nhưng nay vì tình hình khẩn trương, Bộ Tham Mưu họp một ngày hai lần, sáng lúc 8 giờ và chiều lúc 5 giờ. Công việc của N. là phải lo điều động quân số tăng gia, sửa soạn tài liệu y khoa phòng ngừa ngoài sa mạc, tổ chức nhóm chích ngừa bệnh, sửa soạn thuốc men cho sư đoàn và huấn luyện cấp tốc các quân nhân y tế mới bổ túc tới. Lúc hòa bình N. chỉ có bẩy bác sĩ quân y (kể cả N.) cho cả sư đoàn, nay được tăng lên tới 20 bác sĩ một cách đột ngột.

Ngay chuyện tăng thêm bác sĩ cũng đã rắc rối rồi. Y sĩ trưởng Quân đoàn cho danh sách và các đơn vị các tân bác sĩ, nhưng vì các vị tân bác sĩ này ở rải rác khắp Âu châu, nên liên lạc rất khó khăn. Có bác sĩ thì rất hăng hái nhận lệnh trình diện ngay, nhưng có vài ba anh chị thì cứ lờ đi như là không nhận lệnh điện thoại và kéo dài thời gian tới trình diện. Về sau được biết, có một chị bác sĩ cố trốn tránh và gây chuyện phản đối với cấp trên, nhưng cuối cùng cũng không xong.

Sau đó là có màn chỉ định các vị tân bác sĩ này đi xuống đơn vị. Lẽ dĩ nhiên là bác sĩ ở Trung đoàn là khoẻ hơn và ít nhất an toàn hơn ở Tiểu đoàn, nên có một bác sĩ lên phản đối tại sao N. bắt hắn ta phải đi làm ở Tiểu đoàn. N. giữ lập trường và nhất định không thay đổi lại quyết định. Sau khi hắn ta đưa ra một vài lý do không được vững cho lắm, hắn ta bèn chịu thua rút lui trong hậm hực, không thuyết phục được những thay đổi thuyên chuyển.

Sau khi tập họp đủ bác sĩ, N. bèn gửi các bác sĩ này đi học khoá huấn luyện cấp tốc học cách chữa trị và chống vũ khí hoá học (Biochemical Warfare).

Từ ngày trở về Đức trở lại, đời sống N. quay cuồng với sư đoàn, họp lên, họp xuống, không còn ngày nghỉ cuối tuần gì cả. Lúc đó là gần lễ Giáng Sinh, nhưng ai nấy chả bận tâm ăn lễ gì hết.

Tuy vậy, khi gần tới ngày đáp máy bay sang S.A., sư đoàn cũng cho tất cả nhân viên nghỉ hai ngày để vui họp với gia đình. Lúc đầu, ai nấy cũng sẽ tưởng đi ngay trong vòng hai -ba tuần, nhưng thực tế, di chuyển cả Sư đoàn Thiết Giáp đâu có thể nhanh như vậy, nên phần đông sư đoàn được ở lại qua lễ Giáng Sinh mới đi.

Ngày 27 tháng 12, N. thực sự đáp máy bay, sau khi từ giã với vợ con. Chuyến đi ra phi trường Đức thì rất buồn thiu, trời thì tối mưa phùn ảm đạm lành lạnh, vẫn còn nhạc Giáng sinh phảng phất, đèn giáng sinh lẫn cây thông còn đó, ngoài cổng trại lính vài người biểu tình trăng biểu ngữ "Kein blut für Öl"("Không đổ máu vì dầu xăng").

Trên phi cơ binh lính hay sĩ quan cùng ở chung, phần nhiều im lặng không ai nói năng gì cả, chắc vì lo âu vì không biết tương lai sẽ ra sao. N. có gợi chuyện với một hạ sĩ quan da trắng thì anh ta nói là nước Mỹ đã đối xử với anh ta rất tốt nên khi nếu bị xui xẻo gì đó anh ta không ân hận gì cả cho là Tổ quốc trên hết, tinh thần ái quốc anh ta rất cao. N. cũng nói chuyện với luật sư trưởng của Sư Đoàn là Trung tá J.A. Ông ta không lấy gì mà lo âu cả, ông ta đã từng phục vụ ở Việt nam rồi. (sau đó độ 5-6 năm sau ông ta được thăng chức Thiếu tướng). Ngược lại nữ Đại úy Y sĩ L.S. chuyên môn về thần kinh tâm lý dưới quyền của N. thì ngồi co rúm ở một góc ghế không nói năng gì cả.

N. tới phi trường Dahran vào khoảng 9 giờ sáng. Lúc rời khỏi Đức quốc, khí hậu rất lạnh, nên khi gần S.A., ai nấy đều cởi bỏ áo lạnh, và vén tay áo lên, vì nghĩ rằng ở sa mạc rất nóng. Máy bay không đáp xuống phi trường ngay được, vì có tin phi trường đang bị báo động vì hoả tiễn Scud, nên phải bay vòng ngoài xa tới hơn một giờ đồng hồ sau mới đáp xuống. Ai nấy chả bảo nhau gì cả nhưng gần như tất cả đều lấy áo jacket che đạn (gọi là flakjack) mặc vào.

Xuống phi trường thì có vài hạ sĩ quan tới đón tiếp, phát cho mỗi người một chai nước suối và chỉ dẫn đi ra xe buýt để tới trại đóng quân tạm ISA (Intermediate Staging Area). Trông thấy các Hạ sĩ quan đó mặc đồ ấm lạnh và không mặc áo flagjack, ai nấy đều ngạc nhiên, không hiểu tại sao. Chỉ một lúc sau đó, sau khi đứng chờ đợi đoàn xe buýt khởi hành, ai nấy đều lạnh run vì có một luồng gió lạnh thổi nhè nhẹ không ngừng. Thế là tất cả lại bèn lục ba lô ra, lấy áo lạnh ra mặc. Hỏi tại sao không mặc flakjack, thì họ trả lời đâu có đánh nhau gần đó gì đâu từ lâu rồi. 12 giờ trưa, đang chờ đợi khởi hành thì tiếng oang oang vọng từ loa phát thanh như là tiếng vọng cổ nhi nhô như của Ấn Độ hồi trước, quay nhìn chung quanh, N. thấy các tài xế xe buýt người Ả rập đang quỳ gối cúi rạp người hướng Mecca mà cúng khấn.

Khoảng 1 giờ trưa thì đoàn xe di chuyển ra ISA. Trên đường xa lộ đi qua thành phố Damman nhà cửa rất khang trang. Hầu như các nhà đều là villa tường trắng, có bốn bức tường bao chung quanh kín mít. Đúng là một xã hội kín mít và khe khắt như được kể là không bao giờ đàn bà dù chưa hay có chồng không được phép ra ngoài phố một mình mà không che mặt. Còn được nghe, nếu được mời vào một gia đình Ả rập thì chỉ được tiếp xúc với đàn ông chủ nhà và các con nhỏ mà thôi. Còn các phái nữ thì ở trong cung cấm. Trông thấy kiểu cách kiến trúc nhà cửa kín mít tường bao chung quanh, N. thầm nghĩ đời sống gia đình người Ả rập như vậy rất khó khăn, khe khắt, không ai biết chuyện gì xảy ra trong gia đình họ được.

Nói là sa mạc, nhưng đường phố trong tỉnh có nhiều cây cỏ dọc theo bênđường. Có tiền là có cây mọc N. nghĩ vậy. S.A. có vài hãng lọc nước biển ra nước ngọt rất lớn, thành ra nước không khan hiếm lắm và có đủ nước mà tưới cây cỏ.

Qua khỏi tỉnh, đường xa lộ rất tốt như xa lộ ở bên Mỹ, cũng có bảng chỉ đường xanh trắng rất rõ rệt. Bên vệ đường thỉnh thoảng thấy vài cây palm và có vài con lạc đà thản nhiên ăn những bụi cây nhỏ ở sa mạc.

Độ hai tiếng đồng hồ sau, đoàn xe buýt tới ISA cách biên giới Iraq độ 300 cây số. Ngoài cổng có bảng đề "Desert Inn, Free Breakfast and Bed, Always Have Helping PPlace for a Few More". Đó là một trại lính bao bọc chung quanh bởi dây kẽm gai.

Những vị nào lúc trước có ghé qua ở Guam thì cũng giống như vậy. Hàng hàng dẫy lều vải (tent) ngay ngắn với hai dọc nhà tắm (shower stands) gỗ và nhà vệ sinh. Bên kia sân cát - chỗ nào cũng toàn là cát cả- là vài tent dùng làm cơ sở hành chánh, chỉ huy, tent họp và field PX. Cũng có một chỗ rộng lớn có bàn ăn picnic ngoài trời mà xe vận tải đem đồ ăn nóng tới. Nữ quân nhân thì ở một tent riêng, độ 15-20 người một tent.

Mỗi ngày, ai nấy được phát ba chai nước suối (độ một lít rưỡi mỗi chai) và hai gói MRE (Meal Ready to Eat) để ăn sáng và ăn trưa. Tối thì xếp hàng ăn đồ nóng do nhà thầu đem tới. Ai muốn ăn hamburger thì đứng xếp hàng ra một quầy xe chờ mua hamburger và French fries đang nấu tại chỗ.

Ở ISA khoảng 10 ngày N. chẳng bao giờ có hơi thừa thời giờ đứng chờ cả một cho tới hai giờ để mua một miếng hamburger mà ăn. Chỗ nào cũng có hàng dài lính xếp hàng tới lượt vào PX mua đồ hay ra chỗ gọi điện thoại dã chiến.

Ngày ngày ở ISA, N. phải đi họp buổi chiều 5 giờ rồi sáng hôm sau đi tụ họp các bác sĩ ở Trung đoàn để ra chỉ thị sửa soạn hành quân. Ba ngày sau thì xe jeep của N. tới bến (gọi là xe CUCV), thế là N. có dịp đi cùng tài xế lái xe ra tỉnh Jubai và Damman thăm viếng các nhà thương dã chiến. Nhà thương 5th Fleet Hospital của Hải quân coi bộ là khá nhất. N. thăm bệnh nhân của sư đoàn bị đau ốm đang điều trị ở đó, và có trưa được mời ở lại ăn trưa khá tươm tất. N. cũng lo liên lạc với Quân y Quân đoàn về tin tức chống vũ khí sinh hoá học như nerve agent, mustard, anthrax và botulinism, sau đó N. lại phổ biến huấn luyện cho Bộ Tham Mưu và các đơn vị của Sư đoàn.

Sống trong cùng tent với N. có nhóm lính thuộc phòng vũ khí hoá học, nên N. cũng được chỉ dẫn thêm về cách phòng ngừa như pha chế nước rửa và quần áo mặt nạ (MOPP gear). Phần nhiều tinh thần của lính rất hăng hái, có rất ít phần tử sợ sệt. Có một anh Trung sĩ mà N. nhớ mãi tên là Badwin, da trắng, lực sĩ cao lớn, trẻ trung, mặt mũi sáng sủa. Hắn ta lúc nào cũng nói là sẵn sàng ra mặt trận. Hắn ta nói là cả họ Badwin của hắn đã sống rất đầy đủ nhiều thế hệ rồi, nên nếu có mệnh hệ gì cho hắn thì hắn thản nhiên chấp nhận hy sinh mặc dù hắn có vợ trẻ, con nhỏ. Quả là tinh thần ái quốc cao. Lại có một anh chàng da đen Mỹ nhưng theo đạo Muslim Hồi giáo, hắn ta lúc nào cũng trầm ngâm. Khi hỏi, hắn ta kể lể là hắn theo đạo Hồi giáo thì những người cùng đạo không được giết nhau, làm hắn ta rất phân vân không biết phải làm gì mặc dầu bao nhiêu lần cãi lý với Trung sĩ Badwin (như chẳng hạn, chẳng lẽ để Saddam Hussein cứ mỗi ngày lại xâm chiếm, hiếp đáp các xứ nhỏ bên cạnh, tự do hoành hành như vậy hay sao?).

Trong thời gian ở trại ISA, một anh chàng Đại uý Quân y sĩ bị trật khớp xương đầu gối khi tập khiêng băng ca. Hắn ta được chuyển qua Quân y viện về Đức, N. lại nhức đầu phải đi kiếm bác sĩ, nhất là về sau biết được là hắn ta có đau đầu gối lúc trước nhẹ, nhưng chạy chơi football thì bị trật khớp xương chứ có tập khiêng băng ca gì đâu? Thế là anh ta thoát khỏi phải ra mặt trận, bề ngoài mặt thì nói "sorry, sorry" nhưng nét mặt thì mừng rỡ vì thoát khỏi chỗ hiểm nguy.

Ngày 5 tháng Giêng, cả sư đoàn di chuyển ra chỗ tập trung chiến thuật Tactical Assembly Area (TAA).

Chỗ này cách biên giới 170 cây số, ngoài tầm tác xạ của pháo binh địch, nhưng cũng không tránh khỏi hoả tiễn Scud. Tuy vậy lệnh trên bắt buộc tất cả phải đội nón sắt (Kevlar) chứ không còn đội mũ vải như ở ISA nữa. Thành ra ai nấy có phần căng thẳng thêm không ít thì nhiều.

Ở TAA, đời sống hằng ngày bắt đầu khó khăn hơn, sáng 5 giờ 30 đã phải chỉnh tề quân phục tác chiến, rồi phải chia nhau ra canh gác ngoài vòng đai. Y tá và bác sĩ được miễn canh gác, còn tất cả từ đại úy trở xuống phải đứng gác tới 7 giờ sáng. Thiếu tá trở lên thì phải ra Bộ Tham Mưu dã chiến làm việc. Bộ Tham Mưu dã chiến gồm có từ phòng 1 cho tới phòng 5 và những phòng phụ thuộc như truyền tin, chiến tranh hoá học, liên lạc không quân, quân binh, phòng không, tiếp liệu v.v… những phòng này làm việc trên những xe van (5-ton expands van) sửa đổi thành phòng làm việc có máy nóng, lạnh và máy truyền tin. Quân y sư đoàn cũng có một xe van gọi là Med Ops (Medical Operation).

N. vì là y sĩ Sư đoàn, có một y sĩ Trung tá trưởng Med Ops lo về tản thương và tiếp liệu quân y cùng những việc lặt vặt khác. Hắn ta 5 giờ 30 sáng phải ra xe van họp và làm việc. Còn N. và hai y tá ở lại tent trở thành một trại cấp cứu khi cần.

Sau thời gian “stand to” thì quân lính được trở về tent làm vệ sinh cá nhân hay ăn sáng. N. sau đó đi họp với Bộ Chỉ Huy đóng cách xa từ 10 cây số tới 50 cây số (dĩ nhiên khoảng cách thay đổi như vậy vì Bộ Chỉ Huy phải “nhảy” (jump) đổi chỗ cắm trại cho địch không biết chỗ nào xác thực).

Tuy khoảng cách có vẻ gần, nhưng lái xe ở sa mạc rất khó khăn. Ai nấy đều tưởng sa mạc toàn là cát, nhưng thật ra là đất trộn với cát. Nếu mưa nhiều thì cây cỏ sẽ dễ mọc. Nói về mưa thì trong thời gian N. ở TAA, N. bị năm trận mưa lớn, hai lần lều vải của N. bị ngập lụt. Vũng nước lầy thường xảy ra sau mỗi cơn mưa, thành ra đêm tối đi trong trại dễ dẫm phải bùn. Không hiểu năm nay mùa mưa có khác thường hay không? Mà chỉ một trận mưa đầu, mức nước mưa đã đủ mực cao nước mưa của vùng N. đóng cả năm rồi. Đó là chưa kể những trận mưa nhỏ phất phơ, nhưng cái được là chỉ ba-bốn ngày sau là đất lại khô nhưng lại khổ vì cát bụi. Hai lần xe HUMVV của N. bị lầy phải nhờ xe Thiết vận xa tới kéo lên.

Sẽ kể sau… Lái xe trên sa mạc phải dùng địa bàn (compass), không chính xác lắm, hay Loran. Máy Loran là một máy điện tử gắn trên xe để định hướng. Khi vặn máy lên, bấm nút, máy sẽ chỉ tọa độ hiện tại của xe đậu bằng cách phát làn sóng ra ba trạm antenne gần đó. Tọa độ bằng độ Lat Long (Latitude, Longitude), sau đó bấm tọa độ chỗ mình muốn tới và máy tính cho biết hướng nào sẽ đi và cách xa bao nhiêu dặm. Lúc mới tới TAA, N. chưa được phát máy Loran, vì số máy Loran lúc ban đầu rất khan hiếm, chỉ phát cho đơn vị cần thiết nhất như Bộ Chỉ Huy đơn vị tác chiến, xe tăng, xe cứu thương, trực thăng, nên N. và ba thầy trò gồm một tài xế và một Thượng sĩ Thường vụ phải dùng địa bàn.

Chỗ TAA rất rộng lớn chừng 100x150 cây số và có hai con đường chính mà thôi, gọi là đường, chính ra chỉ là một đường cát bụi do công binh cắt giữa sa mạc. Sau đó vì nhiều xe cộ đi lại kể cả xe tăng nên làm hỏng có nhiều lỗ sụp lên sụp xuống. Khi đi họp N. phải băng qua nhiều rãnh mà các xe tăng đi qua. Các rãnh đó vì là đất bùn trộn với cát nên khá cứng, đi ngang qua mà lái nhanh là sập bàn toạ là thường. Có vài lần đi họp chiều tối, khi tan họp lúc 6 giờ chiều, trời đã xẩm tối mà lệnh trên chỉ được dùng đèn mờ parking xe nên rất khó đi. Có hai lần, ba thầy trò N. bị lạc loanh quanh có 20 cây số mà không kiếm ra được trại N. ở. Lái một lúc là phải xuống xe ngắm lại địa bàn, nhưng cũng không xong vì ở sa mạc đâu có điểm cao để nhận diện đâu như nhà, cây cối chẳng hạn.

Ban đêm ở sa mạc, bốn phía đều giống nhau cả. Có lúc thấy một trại, nhưng khi dừng lại hỏi rất nguy hiểm vì không được dùng đèn sáng, chỉ được dùng đèn pin có kính lọc đỏ hay tím mà thôi. Lính gác nếu không cẩn thận hay hoảng hốt bất ngờ có thể bắn lầm lắm. Cứ tưởng tượng đang đứng canh gác tự nhiên có bóng đen từ từ đi tới giật mình thì có thể hoảng hốt bóp cò súng dễ như chơi, hóa ra là không phải trại N. đóng, hỏi hướng nào để đi, thì lính gác thường thường cấp kém nhất, đâu có biết gì đâu. Hỏi trưởng trại thì hắn cũng không biết gì luôn vì thường thường mỗi đại đội đóng một chỗ riêng và một sư đoàn thì có cả trăm đại đội nên ai cũng lắc đầu. Hỏi có thể nhờ điện thoại được không, thì hắn trả lời là tối đêm có lệnh cấm sử dụng truyền tin (signal silence) tuyệt đối.

Thành ra xe N. lại loanh quanh một hồi tới khi gặp được Bộ Chỉ huy Tiểu đoàn, may quá ở đó N. có quen với Tiểu đoàn trưởng, nên hắn biết hướng và tọa độ N. ở nên chỉ một chút sau là N. về đến trại được.

Khoảng cách có 15 cây số mà đi mất bốn tiếng đồng hồ, thật là hú vía, vì nếu kiếm không ra, phải đậu xe ở ngoài sa mạc chờ đến sáng hẳn đi. Chứ cứ lái xe đi mãi có thể đi lạc sang đất địch, như chuyện hai anh lính Lê Dương Pháp lái xe làm sao đi lạc sang đất Iraq bị bắt làm tù binh, đã thế ngủ trên xe sẽ bị lạnh cóng. Khoảng lúc N. đóng ở TAA là mùa đông bên Saudi Arabia. Ban ngày thì mát nhưng ban tối thì rất lạnh, có lúc gần 0 độ Celsius, sáng ra ngoài đều thấy sương đóng đá trên xe.

Ngoài những trận mưa thì còn có những trận bão cát gọi là shamal. Các trận bão cát này thường xảy vào tháng Giêng và tháng hai, lâu lâu mới có một trận kéo dài độ một ngày thì hết. Nhưng từ tháng ba tới tháng bẩy thì thường xảy ra hơn cứ vài ba ngày lại có và có thể kéo dài cả tuần khi đến tháng bẩy. N. rất ghét những trận bão cát này, nếu đang lái xe thì cát mù mịt, buổi trưa lái xe mà lại không trông thấy năm thước đằng trước. Rồi bụi cát bay vào mắt làm cay, đau mắt, hít thở vào nguy hiểm cho sức khoẻ và quần áo, ghế bố, đồ vật rất bẩn vì bụi đóng cả đống. Lều vải không cách chi nào mà làm kín mít cho cát khỏi vào được. Lại còn nếu không mắc đóng lều vững chắc thì lều vải bị sập, bay đi dễ như không. N. tội nghiệp nhất là đang bão cát như vậy mà lính lại đang đứng gác mà không có khăn che mặt mũi thấy mà thương hại. Có vài lần N. dừng xe lại và phát cho lính gác khăn che mặt mà N. lấy từ trong túi cấp cứu (gọi là cravate dùng để làm sling khi trật tay hay cùi chỏ).

Nói về cát bụi bay vào mắt, năm ngày hôm sau khi tới TAA, N. đi thăm các nhà thương dã chiến chung quanh. Khi tới thăm bệnh viện tản thương số 12 (12th Evacuation Hospital) thì được biết một Đại úy Phòng 5 bị đau mắt, khi khám ra hắn ta bị trứng con ruồi của cừu nở ra thành larvae trên mắt hắn ta.

Hắn kể là vài ngày hôm trước, hắn bị bụi cát vào mắt, sau đó khó chịu nên đi khám. N. được nhân viên phòng thí nghiệm cho xem con larvae đó ở kính hiển vi (sheep botfly). Cách chữa trị bệnh đó thì chỉ là gắp các con đó ra thì khỏi (đếm được gần 30 con).

Ở TAA thì đời sống không khá hơn ở ISA, vì ăn uống ở đây không còn có thầu khoán nấu đồ ăn nóng cho buổi sáng và buổi tối. Tuy vậy, thường thường (trừ những ngày không "jump" thì phải ăn đồ MRE) thì có một bữa ăn nóng do đầu bếp dã chiến nấu, ăn cũng tạm được. Bữa ăn nóng đó thì có thể là bữa ăn trưa hay tối (5-6 giờ chiều). Tắm thì tắm nhà tắm gỗ xây ba cái gộp một và đi vệ sinh cá nhân cũng vậy, chỉ có cái bất tiện là hơi xa chỗ ngủ (độ 300-500 thước), quần áo thì giặt lấy. Chủ nhật thì các Cha tuyên uý giảng đạo tại mỗi trại.

Về tinh thần quân lính thì sau khi mừng hụt là Saddam Hussein chịu cho Tổng trưởng Ngoại Giao Aziz họp với Tổng trưởng Ngoại Giao Baker ở Geneve, ai nấy đều thất vọng khi hay tin điều đình thất bại hoàn toàn. Tới ngày 15 tháng Giêng thì được biết chiến tranh sẽ xảy ra. Tin đồn là nếu nghe được trên đài phát thanh hay bất cứ đài vô tuyến nào có mật hiệu "Cow boy" thì là chiến tranh bắt đầu. Đêm 17 rạng 18 tháng Giêng, ai nấy đi ngủ, phập phồng chờ đợi. Nhưng sau đó tất cả đều ngủ đến sáng thức dậy mới biết là khoảng 2 giờ sáng, không quân Đồng minh đã thả bom rầm rộ khắp Iraq. Cả ngày hôm sau phần đông quân lính chú ý lắng nghe tin tức từng giờ một. Ai nấy đều vui mừng vì cả ngàn phi vụ mà không có máy bay đồng minh nào bị bắn rơi và kết quả oanh tạc rất tốt.

Khi đi họp hằng ngày vào buổi sáng thì được biết là tất cả phải đề cao cảnh giác vì khủng bố địch. Có tin là tụi khủng bố dùng xe Toyota 4 Wheels mầu vàng đi bắn vào các trại. Lính căn gác được lệnh bắn chỉ thiên trước rồi nếu xe nào không dừng lại thì bắn ngay.

Trong khoảng thời gian đó thì sư đoàn cho thầu được một trạm điện thoại ATT. Trạm này được dựng ngay giữa sa mạc gồm có một disc radar lớn để nhận làn sóng điện thoại và có từ 100 đến 150 cái điện thoại. Vì thư từ rất chậm, độ ba bốn tuần một chuyến mới là thường, nên điện thoại rất đắt hàng. Ban ngày mỗi người không được nói quá 15 phút, ban đêm thì tự do muốn nói bao lâu cũng được, điện thoại đó nhấc lên thì có operator hỏi gọi số nào và họ sẽ liên lạc với số đó và cho trả bằng ATT credit card (giá độ chừng $16.50 cho mười phút đầu tiên). Không thể gọi thẳng được hay người nhà không thể gọi tới chỗ đóng quân được. Giá khá mắc, nhưng ai nấy đều không quản ngại trả tiền vì khó mà có dịp gọi điện thoại vì tùy trại, có trại phải bay trực thăng mới tới nói được mà vì phải chờ đợi tới lượt gọi xếp hàng nhiều khi ba-bốn tiếng đồng hồ chờ đợi là thường. Được biết là mỗi ngày có chừng 5000 cú điện thoại thành ra N. thầm nghĩ ai mà có stock trong ATT lúc này là trúng số đỏ. Vì giá khá mắc nên thời gian sau trên đài phát thanh quân đội họ cảnh cáo lính đừng có lạm dụng điện thoại vì có người phải trả cả ngàn đồng điện thoại hết sạch tiền lương.

Vì thư từ chậm trễ khó khăn, N. cũng dùng điện thoại để cho gia đình biết tin cho đỡ lo âu. Về tin tức, ngoài thư từ, điện thoại, binh lính được phát báo Stars and Stripes mà đọc. Báo này thường trễ, sớm nhất là cũ ba ngày nhưng rất có giá trị vì có rất ít, phân phát không đều, nên ai nấy khi có là ngấu nghiến đọc lấy đọc để. Như đã nói ở trên, thêm vào đó, muốn biết tin tức phải chịu khó mở radio mà nghe. Phải mua shortway radio thì mới bắt đài BBC được, máy thường chỉ nghe được đài quân đội mà thôi. N. thì còn biết khá hơn vì phải đi họp với Bộ Tham Mưu hàng ngày nên biết tình hình cập nhật do Phòng Nhì và Phòng Ba báo cáo.

Khoảng lúc đó là vì có thể là thời tiết thay đổi có dịch cảm cúm, ho, nghẹt mũi và khan tiếng. Có thể nói một cách tổng quát là hơn nửa số quân lính ai nấy đều bị không nhiều thì ít các triệu chứng trên. N. sau khi chữa trị cho Tướng Chỉ huy trưởng một tuần sau cũng bị lây.

Nói về thư thì do Quốc Hội Mỹ chấp thuận thì gửi thư về Mỹ hay Đức thì miễn phí. Ngược trở lại Mỹ gửi sang S.A. chỉ trả giá bằng nội địa. Còn gửi đồ thì gửi về gia đình bên Đức hay ngược lại thì miễn phí. Nếu gửi về Mỹ thì phải trả giá như giá nội địa.

Sau khi hân hoan về các tin oanh tạc thành công do Không quân Đồng minh vào ngày đầu tiên thành công, thì có tin Iraq nào là bắn hoả tiễn Scud, lẫn đột kích qua đất Saudi Arabia, quân tình bắt đầu hơi nản chí vì ai nấy đều đếm ngày trở về với gia đình, mà nay thấy chiến dịch thả bom có lẽ sẽ kéo dài rất lâu mới thắng.

Ngoài những buổi họp hằng này với Bộ Chỉ Huy, N. phải lo điều động tiếp liệu y khoa tranh dành với xe cộ chuyên chở vũ khí, xăng nhớt và bom đạn, N. phải nhắc khéo cho Tướng chỉ huy chú ý thì mới khả quan. Cũng may là chiến dịch thả bom kéo dài hơn cả tháng nên tiếp liệu quân y gần như được đầy đủ khi tới ngày đánh bộ (Ground Day). N. cũng phải đi tiếp xúc với Quân y Quân đoàn, lo kế hoạch tản thương và liên lạc với các nhà thương MASH và CSH (Combat Support Hospital). Sư đoàn của N. cấp số được hai MASH và hai CSH hỗ trợ và một hay hai Evacuation Hospital phụ thêm MASH có 60 giường bệnh và có thể di chuyển 100% với sư đoàn. CSH có 200 giường bệnh, to hơn nên khó di chuyển hơn. Còn Evacuation Hospital thì quá lớn 400 giường nên gần như hoàn toàn không di chuyển theo sư đoàn được.

MASH có hai phòng mổ và có độ 16 bác sĩ chuyên môn giải phẫu từ tổng quát cho tới chuyên về lồng ngực hay não khoa. MASH tuy di chuyển được, nhưng cũng mất phải ít nhất một hai ngày mới dọn đi được, nên với tình thế chiến tranh tạm thời hiện nay của Mỹ (AirLand battle) MASH cũng khó mà đáp ứng nhanh chóng được. (Sau ngày tấn công trên bộ, Sư đoàn chiến xa của N. tràn qua Iraq như thế chẻ tre, đoàn xe MASH không kịp chạy theo, dựng lên chữa trị, lại chạy theo tiếp được).

N. cũng đi bắt liên lạc và tổ chức các buổi học thêm về chữa trị và phòng ngừa các bịnh sinh hoá như nerve agent, anthrax, và botulism. Các nhà thương MASH và CSH (gọi nhanh là CASH) và Evac Hospital phần đông là các đơn vị trừ bị và National Guard. N. đi liên lạc thăm viếng các đơn vị đó và được biết các bác sĩ trừ bị đó đa số đều có phòng mạch tư đang làm ăn khá giả nay bị động viên bất ngờ. Có ông Trung tá bác sĩ than thở với N. là ông ta phải khai bankrupcy vì tiền sở phí overhead quá tốn vì mới trang bị phòng mạch tối tân. Ông bác sĩ nào, ông bác sĩ nấy đều than như bọng, nhưng lỡ ký hợp đồng với nhà binh rồi đành chịu vậy. Đâu có ông nào ngờ bị trưng tập phải sang đóng ở vùng sa mạc này đâu. Phần đông các bác sĩ trưng tập đó đều có làm cho nhà binh một số năm hiện dịch rồi xin ra khỏi nhà binh, nhưng vẫn muốn giữ cấp bậc và mong làm đủ năm cho có hưu trí về sau. Mấy ông lý lẽ là sau Việt Nam đâu còn đánh nhau to nữa, hoà bình cả đến 15-16 năm rồi, mà nếu có đánh nhau to là đánh với Nga sô thì ai nấy đều khủng hoảng hết mà các ông ấy có sẵn trong trừ bị thì khi bị trưng tập sẽ nhẩy lên lon cao ngồi trên, ngồi chốc ở mấy chỗ đỡ bị nguy hiểm hơn những bác sĩ tò te mới bị động viên.

Trong lúc đó, tình hình chiến sự thay đổi không ngừng. Đại tướng Schawarzkopf đã bí mật dàn trận đánh làm Iraq trở tay không kịp. Trước khi chiến dịch oanh tạc, Tướng S., bày mưu cho Iraq biết là ông ta tập trung cả bốn Quân đoàn: Quân đoàn XVIII gồm có Sư đoàn Nhảy Dù Hoa kỳ và Sư đoàn Lê Dương Pháp,

Quân đoàn VII gồm có ba sư đoàn thiết giáp, trong đó có Sư đoàn 1 và 3 Thiết Giáp Hoa Kỳ, và một sư đoàn thiết giáp Anh quốc, Quân đoàn Thủy quân lục chiến Hoa Kỳ và Quân đoàn Ả rập gồm có lính của Ai cập, Saudi Syria, Kuwait v.v... Tướng S. bầy trận như là Quân đoàn XVIII và Quân đoàn Thuỷ quân lục chiến sẽ đánh thẳng tràn từ Saudi sang Kuwait, Quân đoàn VII Thiết giáp và Quân đoàn Ả rập sẽ đánh ngay ở ngã ba biên giới Saudi Arabia, Iraq và Kuwait.

Tướng S. cũng làm như sẽ dùng Thủy quân lục chiến đổ bộ xung phong lên bờ biển trên tỉnh Kuwait City vào hậu cần địch. Ông ta quảng cáo Thủy quân lục chiến tập trận đổ bộ thành ra Iraq tập trung quân lính thật kiên cố ở ngã ba biên giới và biên giới giữa Kuwait và Saudi Arabia và ở bờ biển phía Bắc Kuwait.

Iraq xây nhiều hàng rào kẽm gai chằng chịt với hố sâu cộng với mìn (nghe nói Iraq đã rải 10 triệu mìn trên biên giới ba nước). Đã thế còn có những rãnh sâu đổ đầy dầu để đốt lên ngăn cản chiến xa và có chiến xa Iraq nằm sẵn để bắn vào quân đội đồng minh (killing field). Chỗ đó Iraq cho là chỗ hướng tấn công của đồng minh khi đồng minh tưởng chỗ đó là chỗ yếu- soft spot -không có mìn hay hố sâu.

Đó là chưa kể chuyện mà tất cả quân đồng minh đều e sợ là vũ khí hoá học. Iraq lại có tụi Vệ binh cộng hoà (Republican Guards) gồm các đơn vị tinh tú nhất được trang bị với chiến xa và các vũ khí tối tân nhất gồm chừng 150.000 quân. Saddam Hussein dùng tụi Vệ binh cộng hoà này làm Tổng trừ bị đóng ở ngay biên giới Bắc Iraq và Kuwait để sẵn sàng đánh xuống thẳng chỗ biên giới nào bị chọc thủng.

Trong lúc không quân đồng minh oanh tạc ngày đêm không ngừng cắt đứt các trục lộ giao thông, tiếp tế cho các sư đoàn Iraq vùng Kuwait và tàn phá các não truyền tin cộng với sự "neutralize" không quân Iraq đó thì Tướng S. ra lệnh cho Quân đoàn XVIII Nhảy dù và Lê Dương Pháp thay đổi chỗ đóng quân đi về phía Tây rất xa khỏi biên giới ba nước. Quân đoàn VII Thiết giáp cũng đổi chỗ ra phía Tây ngoài khoảng biên giới được phòng vệ kiên cố. Quân đoàn Ả rập thay thế chỗ Quân đoàn Nhảy dù.

Trong khoảng thời gian từ ngày 17 tháng Giêng cho đến ngày tràn đánh bộ 27 tháng Hai, đường quốc lộ Tap Line song song với biên giới lúc nào cũng rầm rộ xe cộ di chuyển cả ngàn xe tăng lẫn đại bác cộng với xe vận tải chở bom đạn và xăng nước. Vì Iraq không có không quân và vệ tinh dọ thám nên quân địch không biết chiến trận mới. Đã thế, dù biết Iraq cũng trở tay không kịp, không thể nào đào hầm hố và gắn mìn thêm hai biên giới hơn vì không quân đồng minh tàn phá bất cứ xe cộ nào di chuyển cả ngày lẫn đêm.

Ngày ngày nghe thuyết trình tình hình đồng minh và địch, N. thấy tội nghiệp cho lính Iraq. Các lính biên giới phần đông ít học và bị miễn cưỡng phục vụ trong quân đội. Ăn uống thì thiếu thốn và chỉ được phát một bữa ăn rất thanh đạm, và ngày đêm lúc nào cũng mang máng sợ bom rớt ngay trên đầu. Tuy vậy, số lính Iraq trốn đầu hàng sang Quân đoàn VII của N. tương đối ít, vài trăm... Sở dĩ như vậy là vì chiến tranh tâm lý của Iraq rất tàn bạo và có tin có toán công an đi tới các đơn vị ngoài biên giới và xét trong túi ai có khăn trắng thì bị xử tử ngay.

Thêm nữa, cũng như hồi ở Việt Nam, không quân Mỹ dùng B52 thả bom truyền đơn xuống vùng địch rải rác các tờ chiêu hồi viết bằng tiếng Ả rập bảo là cầm các tờ chiêu hồi đó ra đầu hàng sẽ được đón tiếp tử tế. Các toán công an đó cũng sẽ giết ngay những người nào mà trong túi có những tờ chiêu hồi đó. Thêm vào đó khi B52 rải bom truyền đơn chiêu hồi, các sĩ quan Iraq cấm binh lính ra khỏi hầm hố mà chia nhau ra nhặt và thủ tiêu tất cả các truyền đơn đó. Rất đắc lực là địch quân nhồi sọ khá tốt vào các toán quân Iraq ít học là nếu bị bắt hay đầu hàng với Hoa Kỳ thì sẽ bị giết ngay (vì lính Hoa Kỳ không có đạo Hồi giáo). Thành ra, tin tình báo cho biết, nhiều lính Iraq đào ngũ không xuống phía Nam đầu hàng quân đội đồng minh mà trốn ngược lên phía Bắc về với gia đình ẩn nấp.

Có một lần, quân đoàn VII có bắt được một lính Iraq sang đầu quân. Khi tra vấn thì được biết, hắn ta là một bác sĩ bị động viên bổ xung đi lái chiến xa. Thảo nào khi đánh tràn đường bộ sang Iraq, lính địch đầu hàng nhanh chóng và tan rã khá nhanh.

Ngày 21 February 1991 (hay Ground Day minus 3), Sư đoàn 1 Thiếp giáp Hoa Kỳ 1st Armored Division (1AD), đóng ở Forward Assembly Area (FAA) Garcia gần biên giới Iraq bắt đầu bắn pháo binh sang đất địch hai ngày liền.

Ngày 23 Feb (G-1), Trung đoàn 4 Trực thăng thuộc 1AD, sai một Đại đội trực thăng Apache AH-64 tấn công thám thính sang Iraq trong vùng hành quân của 1AD.

Ngày hôm sau, 24 Feb. (G-Day), Tiểu đoàn 19 Công binh của 1AD chọc thủng 250 chỗ rộng tám thước qua mô đất phòng tuyết địch ở biên giới để sửa soạn cho 1AD tràn qua. Lúc 12 giờ trưa, Quân đoàn VII báo động cho 1AD biết là sửa soạn tấn công 18 giờ trước kế hoạch định trước. Đúng ra là ngày G-Day chỉ có Sư đoàn 1 Bộ binh (1ID) và Sư đoàn Thiết giáp Anh quốc (1AD-UK) tràn đánh sang mà thôi, để địch tin tưởng mà dồn quân vào chỗ ngã ba biên giới Kuwait, Iraq và Saudi Arabia. Sau đó ngày G+1, Sư đoàn 1AD và Sư đoàn 3 Thiết giáp Hoa Kỳ (3AD) mới đánh bọc hông sang Iraq. Nhưng vì thấy địch tan rã nhanh chóng ở mọi tuyến, nên Quân đoàn VII ra lệnh cho 1AD đánh sớm hơn 18 tiếng dự định, cũng vì vậy mà N. hỏng kế hoạch định trước nên bị cắt đứt liên lạc với Tổng Hành Dinh Tướng Sư đoàn trưởng 1AD. 1AD quá mạnh thế đánh như chẻ tre đi đến đâu thì địch (vì địch quân ở biên giới là đơn vị yếu, phần đông là tân binh quân dịch) mới bắn vài phút đã đầu hàng ngay.

Cơn hăng say chiến thắng làm quân Mỹ lăn xả tấn công luôn vào đơn vị thiện chiến Republican Guard của Iraq một cách hùng hổ, nên địch quân chỉ chống cự một chút lát rồi cũng bỏ chạy luôn.

1AD tiến quá nhanh đến nỗi các xe tăng và trực thăng sáng này G+3 thì hết nhiên liệu, phải cho tiếp tế mới đánh tiếp được.

Lúc 5 giờ chiều ngày G+3, có tin là sẽ ngưng chiến, Tướng sư đoàn trưởng 1AD, bèn ra lệnh tập trung tất cả pháo binh, trực thăng Apache và chiến xe, dồn đánh mạnh mẽ để tiêu diệt tàn quân của Iraq Republican Guard càng nhiều càng tốt trước khi lệnh ngưng chiến được ban hành vào 8 giờ sáng ngày 28 Feb 1991. Đêm đó, suốt cả đêm, súng đạn, rockets bay ngợp trời như pháo bông thi đua tàn phá.

Chiều hôm đó, N. bay đi thăm trạm cứu thương của Tiểu đoàn 2-1 trực thăng tấn công Apache, khi đáp xuống thì y tá báo tin ngay cho N. biết coi chừng đáp nhầm phải các bom cluster chưa nổ mà Không quân Hoa Kỳ rải đầy rẫy vào chỗ địch quân đóng lúc trước. N. cũng được tin là xe của Đại tá Tham Mưu Trưởng cán phải bom bị nổ tung, nhưng hên là ông ta không bị sao cả, chỉ bị một cơn hú vía mà thôi.

Khi bay trên đất địch, N. trông thấy đằng xa ở giữa sa mạc lố nhố một đám đông lính đứng ngồi lổm xổm, bay lại gần thì hoá ra đó là lính tù binh Iraq đầu hàng. Thật là một cảnh tượng lạ, cả đến hơn trăm lính tù binh, người thì buộc khăn trắng trên cánh tay hay trên đầu, người thì cầm khăn trắng, mà chỉ có hai xe HMVV (jeep kiểu mới) với vài lính Quân cảnh Mỹ đứng gác mà thôi, chả có hàng rào kẽm gai gì cả.

Trông thấy họ có vẻ sung sướng mà đầu hàng. Hỏi ra thì được biết, đám tù binh đó mới đầu hàng, đang được tập họp ở sa mạc để được di chuyển đến trại tập trung tù binh.

N. vào gặp Tiểu đoàn trưởng Tiểu đoàn Apache, Trung tá W. kể lại là 36 giờ đầu khi bắt đầu tấn công, ông ta không được nghỉ gì cả, lúc thì bay tấn công, lúc thì ở bộ chỉ huy lo điều động tấn công. Ông ta kể rằng có lúc ông ta bay tới gần chỗ có địch quân trú đóng, mới có bắn một vài tràng chỉ thiên thì bất thình lình cờ trắng bay phất phới tùm lum cả lên. Ông ta bèn ra lệnh cho các trực thăng dưới quyền ngưng bắn (on hold), ông ta chỉ sợ các trực thăng của các đơn vị khác hay pháo binh yểm trợ phía sau không biết là địch quân đã đầu hàng rồi mà vẫn bắn diệt thì đám quân đã đầu hàng rồi sẽ bị tàn sát một cách quá đáng. Trong một lúc tâm tình chân thật, ông ta kể là từ trước tới nay, ông ta rất hăng say chiến đấu bắn phá, nhưng lúc này, ông ta thấy chán nản vì sự phá hoại, khổ sở, tàn khốc của chiến tranh. Thêm vào đó, Trung đoàn 2 Thiết giáp Hoa kỳ có tiếng là rất hăng say tận diệt quân Iraq sẽ tiến tới sau máy bay trực thăng, ông ta không biết họ có nới tay cho đám tàn binh đã đầu hàng rồi hay không?

N. được Trung tá W. sai lính dẫn đi xem hầm trú ẩn của quân Iraq gần đó. Lúc đó, gió bão cát (shamal) đã bắt đầu thổi tới, N. từ chối không tránh bão cát mà vội lấy khăn che mặt mũi và đeo kính để đi xem nơi trú ẩn đóng quân của Iraq. Ngoài các xe vận tải bị cháy đen thui chỉ còn sườn xe mà thôi, có nhiều dụng cụ sửa xe kềm kẹp bỏ ngổn ngang, hỏi ra, hóa ra đó là một trạm quân cụ của Iraq. Tới một hầm trú ẩn của Iraq, N. cảm thấy tội nghiệp cho lính Iraq, phải sống quá thiếu thốn, bẩn thỉu (kém hơn cả Việt Nam lúc trước), vài đồ đạc, quần áo dơ dáy, nghèo nàn, vứt tung toé chung với một vài bãi phân. Chung quanh hầm hố vẫn còn phảng phất mùi thuốc súng lẫn với khói của các xe vận tải còn cháy. Thượng sĩ S. tỉnh bơ chui xuống một hố rãnh trú ẩn dưới đất, mặc dầu N. can ngăn coi chừng mìn bẫy hay là bị nhiễm bởi chất hoá học. N. chỉ đứng ngoài cửa hầm ngó vào và hét coi chừng mà thôi. Chắc Thượng sĩ S. nghĩ rằng tụi Iraq vì quá hoảng sợ đâu có tinh thần chiến đấu gì đâu, phải lo bỏ chạy trốn hay đầu hàng, nên đâu có thời giờ gài bẫy mìn mà sợ. Chuyện đó cũng đúng thật, vì sau đó chả có báo cáo nào về mìn bẫy cả. Nhưng theo N. cẩn tắc vô áy náy vẫn hơn. Sự thật thì chỉ có tin là quân đồng minh dẫm phải bom bi cluster của Mỹ hay đã tinh nghịch (hay dại dột) nhặt cất dấu bom bi làm kỷ niệm, rồi vì một lý do nào đó làm rớt ra nổ tung bị thương. Thượng sĩ S. có lấy được vài tách uống trà bằng nhôm rẻ tiền, và nhặt được một khăn chùm đầu mà dân Ả rập thường dùng, N. khuyên phải giặt kỹ vì coi chừng rận chấy hay có thể bị dính chất hoá học.

Sau đó N. trở lại lều của Trung tá W. và dùng cơm trưa ở đó (Meal Ready to Eat hay MRE). Vừa ăn, ai nấy tuy mệt nhưng nhẹ nhõm vì chiến tranh gần như đã xong. Radio kể là địch tan rã và đầu hàng cả chục ngàn người. Radio còn chế diễu là Saddam Hussein đang học bài "Mother of all battles". Radio còn chế diễu là tự nhiên Không quân Iran lại được tăng cấp số quá nhanh vì cả trăm máy bay tối tân của Iraq khi bay sang Iran để lánh nạn, nay bị chính phủ Iran tịch thu.

Tới lúc này thì tinh thần chiến đấu của 1AD lên quá cao. Quân lính bàn tán là sẽ tới lúc Iraq được xem "Mother of all parades" ở ngay tại Baghdad. Thêm vào đó là nếu Iraq thua to như vậy, thì trong tương lai, đối như các nước bại trận như Đức quốc xã hay Nhật bản, thì chỉ trong vòng độ 20 năm sau, dân chúng Mỹ lại sẽ tranh nhau mua xe Iraq vừa rẻ lại vừa tốt tràn ngập thị trường Mỹ.

Đài phát thanh Mỹ, lúc này bắt đầu hàng ngày đề cao cảnh giác lính Mỹ đừng nhặt bom, lựu đạn chưa nổ để làm kỷ niệm vì đã nhiều lính Mỹ bị tử thương vì cố ý nhặt, dấu bom đạn chưa nổ đem về làm kỷ niệm.

Có tin lúc đầu là có hai bác sĩ bị tử thương, như vậy về sau kiểm điểm thì Bộ Tư Lệnh Mỹ xác nhận chỉ có một bác sĩ chết như vậy mà thôi. (khi về lại Mỹ thăm gia đình, sau đó M. em vợ của N. ở New York City kể lại là M. có nhận được message long distance để lại trong recording machine, đúng lúc sau khi M. hay tin trên radio là có một bác sĩ bị tử thương, M. hoảng hốt vì sợ đó là tin gia đình báo cho biết có tang).

Nhưng may quá, M. gọi lại thì được biết chỉ là một cú điện thoại liên lạc gia đình thường mà thôi. Sở dĩ như vậy là vì trên tivi hay trong radio họ có báo tin người bị tử thương nhưng không nói tên họ để cho họ báo tin cho gia đình biết trước.

Bây giờ là đầu tháng Ba, mùa Xuân ở sa mạc, gió bắt đầu thổi mạnh hơn, shamal (bão cát) xảy ra thường xuyên và kéo dài lâu hơn. Gần như là cứ hai, ba ngày lại có một shamal, kéo dài từ một đến ba ngày. Khi bão cát xảy ra thì lều vải dễ bị kéo sập như chơi nếu không đóng cọc cột chặt. Ban ngày lái xe phải đóng cửa kín mít. Đã nóng, lại nóng thêm. Đã thế, cát thổi lại cứ tung làm trời mặc dù bữa trưa cũng tối mịt không trông thấy gì cả nếu quá độ năm thước. Có lần N. lái xe Jeep Cherokee, đi từ trại này sang trại nọ chỉ cách có mấy cây số mà đi loanh quanh, lạc tùm lum cả lên, đến nỗi phải chịu thua mà lần mò lái xe trở về trại cũ! Sở dĩ như vậy là mặc dù lúc đó là giữa trưa, nhưng bão cát làm tối mịt, gió thổi quá mạnh, đường đi không thấy gì hết vì cát phủ bay che hết tất cả các dấu vết chỉ đường (như rãnh đất hay một vật làm chỉ điểm-một xác chết của một con cừu chẳng hạn). Mặc dầu trên xe có compass nhưng cũng không ích lợi cho lắm vì không có điểm ngắm mà tính toạ độ. Hơn nữa N. sợ cán lạc đà hay lái vào một hầm hố rãnh sâu thì còn khổ hơn. N. bèn đậu xe lại định tâm thì may thay có một xe HMMV từ từ xuất hiện tới, N. bèn lái theo sau thì buồn cười là xe này đi về Tổng Hành Dinh của N. nên N. lại trở về chỗ cũ.

Ở trong trại cũng rất khổ vì bão cát, dù có chăn bít bùng kỹ đến đâu, cát bụi vẫn lọt vào lều và phủ đều lên bàn ghế, ghế bố. Lúc đầu N. còn cố phủi giữ bụi thường xuyên hằng ngày, nhưng sau đó, N. chịu thua vì như công dã tràng, mới phủi xong thì cát lại bay tới phủ lên như cũ. Thôi đành sống với cát bụi vậy.

Ban ngày thì đeo kính và che mặt, còn đêm thì choàng khăn mỏng lên che khắp mặt mũi mà ngủ. Nếu nóng quá vì hơi thở qua mũi làm nóng, thì N. phải nằm nghiêng cho khăn xoả xuống như thế hơi thở có chỗ thoát ra. Chứ nếu ngủ mà không che mặt thì phổi hít đầy cát dễ như chơi. Khi ăn uống cũng vậy làm sao che đồ ăn được. Lúc đầu N. còn chê không ăn khi có bão cát, nhưng sau đó cũng phải ăn tưới hạt sen, vì phải ăn để mà sống.

Lúc này quân lính bắt đầu bàn tán ngày trở về với gia đình. Trước hết vì phần lớn sư đoàn đóng ở biên giới Kuwait và Iraq, họ tiên đoán là ngày nào sẽ trở về Saudi. Không ai biết rõ ngày nào rút quân về Saudi cả. Ai nấy đều bồn chồn, hỏi cấp trên thì không có ai biết cả, người thì đồn đó là tùy Đại Tướng S., người lại bảo đó là tùy Tổng thống Bush, còn người thì nói đó là tùy Liên Hiệp Quốc, người thì kết án Saddam Hussein không chịu nhượng bộ, đầu hàng v.v ..v.v

Tóm tắt ai nấy đểu sống trong một khung cảnh hoang mang, chán nản, vì đời sống càng ngày càng khổ cực, vì càng ngày càng nóng hơn và bị bão cát nhiều hơn.

Có nhóm sĩ quan và lính thuộc Sư đoàn Tiếp liệu thì tếu và thực tế hơn, họ chung tiền góp lại mỗi người đóng một số tiền bằng nhau và mỗi người sẽ chọn tiên đoán ngày nào sẽ trở về gia đình, người nào đoán trúng ngày trở về (hay ngày gần nhất) sẽ được thưởng số tiền đó để tổ chức một bữa nhậu nhẹt chung hay làm gì đó tùy người thắng cuộc.

Tình hình chiến tranh thì tương đối êm. Mặc dầu vậy mỗi ngày mật lệnh vẫn được áp dụng. Khi đi đến gần tới cổng, thì lính gác sẽ nói một câu trong đó có mật hiệu, người đi vào trại phải trả lời chữ mật hiệu đáp lại. Cũng chỉ vì vẫn có tin là Iraq và tụi Palestine đồng minh địch vẫn tìm cách khủng bố phá hoại.

Đám tàn quân Iraq ngày ngày khoảng từ 200 đến 300 người vẫn tới đầu hàng đều đều. Phần nhiều họ đầu hàng vì do lời đồn là sẽ được cho ăn uống tử tế. Lẽ dĩ nhiên là họ rất vui mừng được lĩnh MRE (Meal Ready to Eat) và các chai nước suối cho khỏi đói khát. Nhưng sau đó ăn mãi MRE (cả lính Mỹ cũng vậy) ai nấy đều chán phè nên lính bèn đổi MRE ra MRI (Meal Rejected by Iraqis).

Số tù binh càng ngày càng lên cao, nên N. phải lo thêm tiếp liệu thuốc men cho cấp số tăng gia. Thêm vào đó, khi đến gần thành phố thì không những có quân Iraq ra đầu hàng, mà lại còn có hàng trăm ngàn dân Iraq gồm cả ông già, bà cả lẫn con cái cũng tới xin quân đội Mỹ cho ăn uống và che chở cho khỏi bị tụi tàn quân Iraq phá nhiễu. Vì kho tiếp liệu thuốc men đâu có dự trữ thuốc con nít, nên N. lại phải chạy lên chạy xuống lo đi mua hay đặt lệnh phát thuốc đàn bà con nít như sữa, trụ sinh v.v...

Do những dân trú nạn và lính Iraq đầu hàng, Tướng Sư đoàn trưởng biết được rất nhiều chuyện dã man do lính của Saddam Hussein gây ra chẳng hạn như xử bắn bừa bãi, treo cổ cả dân lẫn lính nào mà có ý hay tư tưởng phản lại với hắn. Còn hiếp dâm hay đốt phá nhà thì xảy ra thường xuyên, ai nấy đều căm thù Saddam.

Bây giờ là lúc củng cố thu nhặt tất cả các thuốc kiểm soát (controlled substance) như Atropine, P, Valium, Cipro (để phòng ngờ chiến tranh hoá học và vi trùng), mà sư đoàn đã phát cho lính trước để dùng khi cần, N. cũng phải lo phổ biến và căn dặn lính phải uống Chloroquine để ngừa sốt rét.

Các bác sĩ lúc này cũng nóng lòng chờ lệnh về nhất là các bác sĩ reservist sẽ được về trước vì Quốc Hội Mỹ muốn đỡ tốn tiền phải trả lương phụ trội cho reservist. Thế là các bác sĩ đó nhao nhao lên chất vấn N. đòi biết ngày về. N. chả có tin nào cụ thể cả, toàn là tin đồn, nên N. chỉ trả lời yêu cầu của họ để đốc thúc Phòng 1 (Nhân viên) mà thôi. Thêm vào đó N. lại phải xúc tiến và phổ biến chương trình phòng ngừa bệnh tâm thần để quân lính Mỹ khi trở về gia đình tránh bỡ ngỡ có thể gây phiền nhiễu trong đời sống gia đình hằng ngày. Sở dĩ như vậy là khi lính vắng mặt xa gia đình một thời gian khá lâu, thường thường lính là phái nam hay làm chủ gia đình, người vợ đương nhiên phải quyết định lấy một mình trong cuộc sống hằng ngày. Nay tự nhiên lại có người trở về đòi tước lại quyền chủ gia đình, thay đổi cách sắp đặt, hay nói cách nuôi con cái nên khó tránh phải xích mích trong gia đình. N. bèn lại phải bàn với Y sĩ Đại úy L.S. chuyên môn về thần kinh tâm trí làm một chương trình giảng dậy, khuyên bảo phòng ngừa cho binh lính. (Nữ Bác sĩ này hơn mười năm sau đó được thăng chức Chuẩn tướng).

Ngày 6 March 1991, sư đoàn N. được đề cử một số lính được trở về nhà trước, lẽ dĩ nhiên, đám lính này được chọn trong các đơn vị tới Saudi Arabia sớm nhất. Những lính may mắn này thật sự không may mắn lắm vì được lệnh trở về đã lại phải gấp rút mà lại còn phải sửa soạn quần áo chỉnh tề để diễn binh chiến thắng ngay ngày hôm sau tại phi trường Dharan mờ người.

Rồi sau đó, có lệnh sắp xếp các đơn vị để rút quân từ tiểu đoàn hay từ loại bệnh viện (Evacuation Hosp., Combat Support Hospital CSH hay MASH). Ai nấy đều vui mừng vì như vậy là chắc được về chứ không phải bị ở lại để yểm trợ cho Kuwait.

Tướng Sư đoàn trưởng ra lệnh cho hậu cứ sư đoàn hoàn tất cấp tốc một chỗ tạm trú tập trung quân trước khi trở về Đức quốc. Thế là cả hậu cứ điên đầu cả lên, dựng lều, lát sàn giữa sa mạc, lập PX, che dù làm một khu giải trí gồm có chỗ cho ban nhạc chơi, chỗ ăn hamburger miễn phí, chỗ xem ciné video và một lều lớn để điện thoại. Tội nghiệp cho Tiểu đoàn Công binh, lúc đánh nhau phải hốc hác đi đầu để phá các mô đất, chiến lũy, lấp rãnh tuyến sâu, phá mìn nay phải phá các kho đạn của Iraq và cộng thêm phải xây khu giải trí kể trên.

Nhưng rồi cũng xong trong vòng bốn tuần, một khu giải trí khang trang được hoàn thành. Lính khi tới đó được tự do ăn hamburger, hot dog và uống Coca, Sprite thả dàn, đó là một cái sướng ở sa mạc vì ở ngoài mặt trận nào có McDonald đâu mà ăn. Sau đó có ban nhạc của USO và của Sư đoàn 1AD chơi nhạc mỗi đêm. Ngoài ra có bốn "rạp xinê" với video với free popcorn mà thưởng thức. Chỉ tiếc là lính khi về tới đó đâu có thời giờ thưởng thức. Ngoài vụ dựng lều hay dẹp lều lại đi rửa xe gấp rút cho hết cát bụi trong vòng có vài ba ngày để cho đúng kịp ngày chuyển vận lên tàu.

Trong lúc nôn nao sửa soạn ngày về thì bỗng nhiên thường dân Iraq lánh nạn lại lên cao quá nhiều vì tàn quân phản công trở lại đánh tụi Iraq Shiites nổi loạn gần thành phố Basra. Cả trăm ngàn thường dân bị thương tới tràn ngập các trại cứu thương của Mỹ. Thượng cấp bèn ra lệnh vài Evacuation Hospital, MASH trở lại vùng giao binh để giúp chữa trị. Có một Evacuation Hospital đã dọn về gần phi trường Dharan để chờ ngày trở về Mỹ, quân lính đang thu xếp quân nhu thì được lệnh phải trở lại Iraq. Đương nhiên thì tất cả sĩ quan và binh lính buồn ra mặt. Vài tên lính quá khích đã rạch lốp xe và phá máy xe vì như vậy sẽ khỏi phải lái xe trở lại Iraq. Lẽ dĩ nhiên các tên lính đó đã bị bắt và cho ra Toà án Quân sự Mặt trận xử án. Thật là tối dạ! Đã sống qua những lúc khó khăn, khổ nhất trong khi chiến đấu mà nay lại bị khổ vì một lúc bốc đồng.

Lúc này N. vẫn phải hằng ngày đi họp với Bộ chỉ huy và lo các công việc hành chánh như viết giấy ban khen, giấy phê bình điểm, giấy chứng minh xin ban huy chương cho các nhân viên dưới quyền. Cái khó là ở ngoài sa mạc N. đâu có thư ký đánh máy photocopy gì đâu. Thành ra N. lại có màn phải đi đề mẹc xin xỏ các trưởng phòng khác vì họ có xe expand-van đủ nhân viên, dụng cụ phòng làm việc. Tất cả các giấy tờ kể trên đều phải hoàn tất cho các binh lính trước khi họ bước lên máy bay trở về đơn vị cũ của họ.

Ngày 20 tháng Tư năm 1991, N. được tin nhóm quân y của Sư đoàn 1AD của N. sẽ được trở về Đức quốc trong vòng 10 ngày sắp tới. Tài xế của N. vui mừng ra mặt và ngày ngày gạch xoá những ngày còn lại trên tờ lịch hàng tháng.

Lúc này thời tiết càng ngày càng quá nóng. Buổi trưa nhiệt độ lên tới 110 độ là thường có khi lên tới 130 độ! Nóng nắng dã man, buổi trưa là lúc nóng nhất, N. ra chỉ thị của Tướng Sư Đoàn là từ 10 giờ sáng tới 4 giờ chiều không ai được tập thể dục hay chơi bóng chuyền ngoài nắng gì cả. Sở dĩ như vậy là vì có một lính ở Quân đoàn VII chơi bóng chuyền giữa trưa bị xỉu rồi chết luôn. Hơn nữa N. đề nghị với Sư đoàn trưởng cho phép tất cả các binh lính làm việc trong khoảng thời gian đó được cởi áo ngoài, chỉ cần mặc áo thung mà thôi.

Nắng quá nóng đến nỗi N. phải quẹt qua mặt với khăn ướt nước để cho bốc hơi mát mỗi 15 phút phải làm lại. Như vậy gần như là lúc giữa trưa chả có ai làm việc được đắc lực gì cả. Lẽ nhiên ai nấy đều phải uống nước thường xuyên, mỗi ngày tám lít nước. Thượng sĩ Thường vụ của N. khuyên cho các chai nước suối vào bít tất dài thấm nước tránh để cho nước bốc đi, thì quả thật chai nước giữ như vậy thì uống mát hơn là không bọc chai. Đại đội Tổng hành dinh của N. được một tí xa hoa hơn là vì khi chiếm đóng một Câu lạc bộ sĩ quan của Iraq có xung công được một kho chứa đầy nước hộp và chai Perrier có nước chanh do đó uống nước dễ chịu hơn.

Ngày 24 tháng tư khoảng 9 giờ tối một trận bão cát khá mạnh thổi tới, vài lều bị thổi tung cả lên, cây chống lều đập vào đầu của vài người, máy bay trực thăng bị lật đổ. May là lều N. được đóng rất vững chắc chỉ bị gió cát bay vào thôi, nhưng đêm đó vô cùng khổ cực, đã rất nóng (tuy là đêm nhưng vẫn nóng vì là gió nóng) lại bị cát bụi mù làm rất khó thở. Hôm sau N. phải đi vào các bệnh viện dã chiến thăm các thương binh, may là không có ai bị tử thương cả. Cũng may là nhờ có neurosurgeon sẵn tức trực mổ.

Ba ngày hôm sau thì có lệnh rút trại đi vào KKMC Hotel Kelly để làm thủ tục lên máy bay về Đức. Gọi là Hotel Kelly nhưng chính thực ra thật là một hangar lều lớn chứa tới 200 đến 300 người. Mỗi người chỉ có đủ chỗ cho một ghế bố nên rất ồn ào nóng bực khó chịu. Ai nấy đều nôn nao chờ về nên chả ai ngủ được mấy. Hôm sau cả ngày chỉ ngồi chờ lúc thì cho quan thuế tới khám xét rất khắt khe. Sở dĩ có sự khám xét kỹ càng là vì thượng cấp lo là có vài tên lính tối dạ đem theo đạn dược mìn chưa nổ làm chiến lợi phẩm để rồi vô ý làm nổ như vị bác sĩ quân y tử thương lúc trước. Thành ra tất cả quân trang đồ đạc ở trong Duffel bag phải đổ ra bầy trên ghế bố để được khám xét. Lệnh ban ra là nếu ai bị bắt tàng trữ đồ cấm đó thì cả đại đội đều bị ở lại. Thành ra không những quan thuế tới khám xét trước đó, Thượng sĩ Thường vụ Đại đội đã khám rồi. Ở ngoài lều có để vài thùng phuy xăng lớn trống để ai có tàng trữ đồ cấm đem đổ vào đó trước khi khám xét thì không có tội gì cả.

Ăn thì được tụi Ấn độ đấu thầu cho ăn gà quay, hamburger và trái cây tươi thành ra cũng tạm được. Binh lính đồn tếu là được ăn thả cửa như vậy cho béo để khi về nhà vợ con gia đình nhận ra được.

Ngày hôm sau thì được dời vào nhà tạm trú tại ngay phi trường ngủ qua đêm để trưa hôm sau tất cả bước lên máy bay phản lực Boeing 747 của hãng Towers Airlines do quân đội Mỹ thuê. Lính và sĩ quan cấp úy thì ngồi ở coach class, còn các tướng tá thì được ngồi ở first và business class. Khi máy bay thực sự cất cánh, tất cả đều mừng rỡ và vỗ tay. Ngó qua cửa sổ N. trông thấy các dãy lều vải trên sa mạc mà thấy bùi ngùi nhưng không có một tí luyến tiếc gì cả.

Bay độ năm giờ sau thì máy bay đáp xuống phi trường Nuremberg. Khi bước xuống cầu thang thì đã có thảm đỏ trải sẵn và có lính dàn cờ cùng Tướng Tư lệnh Phó sư đoàn hậu cứ đứng đón bắt tay từng người. Chả bù lúc đi xuất quân chả có ai đi tiễn cả. Đến nỗi thời tiết lúc đó rất đẹp mát như ở Dalat lúc trước không như lúc đi trời mưa dầm dề như là Trời cũng buồn cho lính phải đi chinh chiến. Thật là khác với nhiệt độ 130 độ ở sa mạc Saudi Arabia. Khi đi toilet được dùng toilet bowl với flush thì thấy sướng, thế mới thấy cái gì bị cấm hay không được dùng mặc dầu tầm thường cũng thấy sướng, cũng như ăn mặn mãi mà được ăn một bữa chay mà thấy thoải mái (hay là ăn cơm/ăn phở?). Sau đó tất cả lên xe buýt về trại ở Ansbach. Gần tới trại, N. ngó lên các building bên đường mà thấy bồi hồi, vài bà Đức mập ú vẫy tay chào mừng vui cười. Cũng chỉ vì một phần buôn bán ở tỉnh nhỏ Ansbach bị ế ẩm vì phần lớn binh lính đi xa nay họ được tin là lính trở về lại nên họ vui tươi chung.

Tới doanh trại thì đã có ban nhạc sư đoàn đã tề tựu chỉnh tề đánh nhạc hân hoan chào đón. Cờ xí và vải chăng Welcome Home thêu với yellow ribbon được gắn tùm lum ở cửa trại và ở các dãy nhà trong trại.

Hơn nữa hàng trăm thân nhân với quần áo loè loẹt rực rỡ mặt mày hân hoan chờ đón thân nhân trên xe bước xuống. Vì quá đông người, nên N. không thấy bà xã đâu. Kiếm một lúc cũng không thấy, đang hơi buồn thì có một người vợ một người bạn nói là có trông thấy vợ N. cũng đang lùng kiếm. Lúc đó N. mới thấy nhẹ nhàng trong lòng.

Ngày hôm sau có tin trên báo là tỉnh Ansbach là tỉnh đêm qua có trận động đất nhỏ. (Vùng Ansbach cả tới mấy trăm năm nay, không có động đất gì cả). Ai nấy đều ngạc nhiên, về sau vỡ lẽ là nhịp lên xuống ân ái trong phòng the đêm qua của cả trăm ngàn binh lính đã synchronized đến nỗi làm rung chuyển động đất. Đó là chuyện tếu để chấm dứt bài Thư ngoài mặt trận: Desert Shield/ Desert Storm.

Nguyễn Dương

Bảng Stop ở Saudi Arabia

Y sĩ Trung tá Nguyễn Dương với Hạ sĩ Dave Earnest, hộ vệ

Tiễn đưa Thiếu tá Y Sĩ Stubblefield, Y sĩ Trưởng Trung Đoàn

ra tiền tuyến với phi công Đại Úy Sovereign

Trạm cứu thương ở sa mạc

Hầm trạm cứu thương

Rãnh chứa B 40 chống chiến xa của quân đội Iraq

Đứng trên chiến xa Iraq bị đốt cháy

cùng với Thượng Sĩ Clayton cao cấp nhất của Sư Đoàn

Duyệt binh khi trở về Hậu cứ Ansbach cùng với Thiếu Tướng R. Griffith

Anh Dương Có Duyên

Anh Nguyễn Dương có duyên có nợ
Với Cali từ thuở nào ta?
Đã mấy năm ... anh ghé lại thăm nhà
Anh vẫn vậy, tươi như hoa như mộng! ....

Nhìn thấy anh, nhìn thấy hình thấy bóng
Một Việt Nam thành tựu bốn ngàn năm
Anh đem chuông đi gõ nước người dưng
Cả nước Mỹ dành cho anh một lòng ngưỡng mộ!

Bạn bè anh, nhiều người nhớ rõ:
"Anh là người hùng Iraq vang danh
Anh là người Việt Nam công thành
Và danh toại in trên trang sử Mỹ!"!

Gặp lại anh đây, vui nào hơn nhỉ?
Hãnh diện nào hơn nữa Việt Nam?
Có thể mai kia, có thể số ngàn
Nhưng bây giờ,
anh Nguyễn Dương là người số "Dzách"!

Tiếc gặp lại nhau chỉ là thoáng chốc
Tiếc gặp lại nhau chưa thỏa tâm tình.
Này mừng anh cốc rượu long lanh
Này mừng anh..bài thơ ca ngợi!

Anh Nguyễn Dương ơi, những ngày sắp tới
Anh nhớ về Cali, nhớ về anh em, anh nghĩ làm sao?
Chắc chắn anh có ước hẹn ngày nào
Mình tái hội và Vui vui mãi...

Mai mốt anh về chỗ anh xa ngái
Gửi theo anh mùa Xuân muôn hoa...

Huệthu

ATTACK ON THE PENTAGON:

SEPTEMBER 11, 2001

22 years ago, it happened to me.

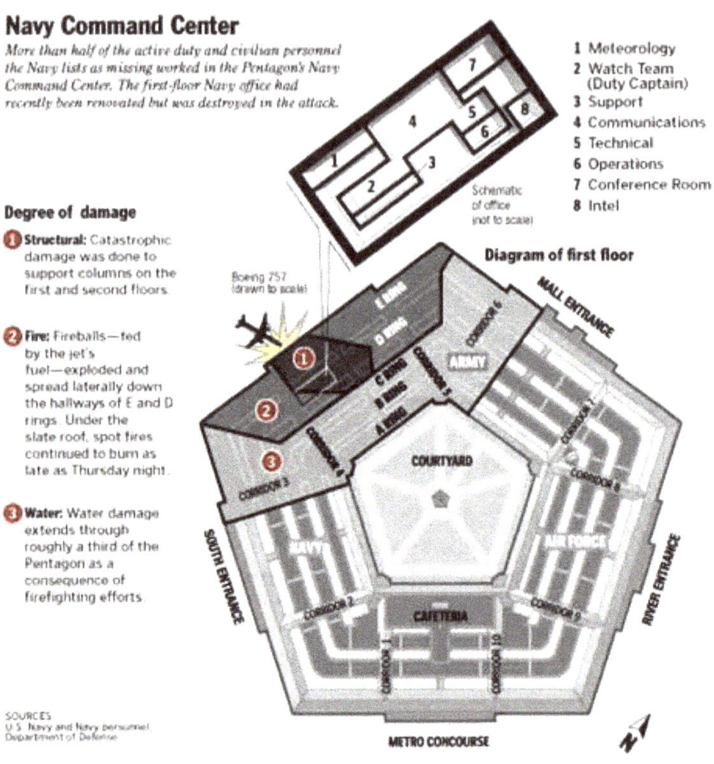

Around 9:00 AM, I was simultaneously coordinating the care for my wife who just fractured her ankle while working up a female patient with abdominal pain and a female patient with knee pain. While ferrying my wife on a wheelchair to the patient waiting area I caught a glimpse on TV showing a burning World Trade Center (North) and an incoming big jet hitting the second tower. My first reaction was horrible, how the terrorists can do that, they could not do it alone, a jumbo jet cannot be handled by a lonely suicide bomber like kamikaze. My second reaction was at least there is some luck because they only hit the upper third of the Towers not realizing that the whole building will collapse due to the sheer intense burning jet fuel which melted down the supporting metal frame.

Returning to my abdominal pain patient who was waiting for the lab tests, I told her it would take some time for the lab test results and told her briefly that the World Trade Center had just been hit by terrorists. Then the clinic loudspeaker announced a code yellow is in effect meaning that there is an upcoming mass casualty. The Commander of our clinic asked all personnel to evacuate the clinic. At the time we did not know why we had to leave the clinic. Someone later told us that an explosion occurred at the Pentagon and they needed medical support. A couple of doctors of the clinic and I rushed through Henderson Hall (a close by Marine barrack) to the Pentagon. Along the way, debris of an airplane wing were seen on the grass. Passing an ambulance, a person gave me a yellow jacket which I saw the word physician sewn on. Thinking that everybody on the scene is required to wear a jacket for identification, I readily put it on, I did not read the whole sentence because I cannot read upside down. Later I saw the large characters of SENIOR PHYSICIAN on the reflecting jacket. characters of SENIOR PHYSICIAN on the reflecting jacket.

We stopped to examine briefly a couple of patients who were not seriously injured, only puncture/abrasions of the hand and arms. Being almost the first medical personnel on the scene and not knowing that continuing danger is still a possibility, we were able to come close to the helicopter air control tower, passing that portion of the Pentagon which was burning (not collapsed yet).

We stopped by and examined one black female patient in emotional distress with rapid breathing. Dr. R. asked questions while checking her status, I listened to her lungs and heart sounds which seemed alright. Reassured, we moved forward; then someone called that they need docs at the staging area. We rushed in the direction of a yellow tarmac near a bridge overpass, we treated a couple of more injured patients. Then someone yelled for everybody to move under the bridge because an unaccounted hijacked plane was reported to be on our way. We helped carry the above patient on a stretcher to the underpass. As we were setting supplies under the bridge, orders were given for us to move out, and volunteers were helping carry medical supply boxes, the yellow nylon tarmac and the yellow flag. We tried again to spread the tarmac then someone said we have to move it back under the bridge because another plane is coming. A Navy doctor was examining the head of a black female patient on a stretcher, I looked at her legs and saw second degree burns on her thighs, I called for Silvadene but someone said that she is allergic to sulfa, I called for IV fluids and handed it to the personnel helping the Navy doc who was putting an IV line. That patient was the most serious patient we had so far. Realizing that she was being taken care of, I moved to see a male patient with smoke inhalation. He said he is OK, with no chest pain or shortness of breath. I listened to his lungs and found normal breath sounds, no rales or wheezes, I told him to sit down and rest his back on the wall and I called for oxygen. Someone brought an oxygen canister and hooked the cannula on his nose, I went to another patient with a head injury which I found to be benign.

At that time another Navy doctor, Dr. F., a Colonel, was with me, I bonded with him and suggested that together we checked that kind of medical supplies we have to be familiar with our capabilities. We found only one box of IV normal saline. While accounting we stumbled on a Lifepak, we decided to play it on to be familiar and asked a nurse medic for instruction for use. A Chaplain came. We discussed and located an EXPECTANT (BLACK) area and a close-by but out of sight an area for cadavers/human debris.

A very energetic and effective Air Force officer, MAJ (Major) M. (I learned later he was designated as the Triage Scene Commander) was giving orders to medics, he asked me and Dr. F who is in charge here, Dr. F. looked at my yellow jacket with the well read SENIOR PHYSICIAN and pointed to me.

So here I am, de facto leader of the Yellow staging area team, called first as an overflow triage team. I designated COL (Colonel) B. as my chief nurse and Dr. F. as my deputy and a Navy LT nurse P. as the core team. Yellow ribbons were tied to the arms as a way of identification. I asked an Army Major Q., a Medical Service officer to collect the names of our team and keep a ledger, I tasked a non-medical volunteer to attack disaster tag to all incoming patients. Other medical personnel started to trickle in and COL B. was charged to form smaller teams with one doc and a couple of nurse and physician assistant in each team. While forming our teams we also treated trickling patients as soon as they arrived.

Around 13:00 bottle water arrived then later food came to our delight because we started to feel thirsty. Then inevitable nature calls surfaced, I was thinking about nearby bushes but a man suddenly appeared mysteriously and asked me to pass the info that a toilet room and rest area can be provided on his VIP airconditioned bus. Also garbage cans were provided (someone is thinking); everybody pitched in, MAJ Q. grabbed a bag and collected it around the area. During the meantime FBI evidence collection teams arrived with their black bags and began to sweep the area for plane debris.

Reinforcements arrived: doctors, physician assistants and nurses from Walter Reed Army Hospital and nearby civilian hospital (rheumatologists, a pediatrician with his ambu bag and endotracheal tubes). Also, an Army MAJ nurse from a burn unit showed but was soon taken away to the RED area. Our area seemed like the first assembly point for medical personnel, nonmedical volunteers and medical supplies to be cannibalized later for the "Front". We kept re-inventorying our medical supplies and re-forming our small teams. A review of disposable medication was done: there was no morphine nor bronchodilators...I relayed the message and amazingly these supplies were provided a few minutes later by COL (Dr.) U., an acquaintance of mine while we were in the commander's circle.

With nothing else to do I decided to go to do a recon at the "Front" with MAJ Q. While approaching the command tent, a medic gave me a suction apparatus which I gave it to MAJ Q. to carry. Now, with a SENIOR PHYSICIAN on my yellow jacket and accompanied by a field grade officer, we looked like a very official team to survey the "Front." At the command tent, Dr. F. asked me if I was one of the two persons volunteers to enter the burned section of the Pentagon to recognize the dead, decapitated or human debris. My answer was negative but I was ready to volunteer if asked. He told me to wait outside and a few minutes later he said he had enough volunteers already. While at the "Front," we saw Major General J. the Military District of Washington commander and his staff. Along the road, crews are demolishing concrete mid road barriers for easy access to the Pentagon, scores of canine (K9) police cars, police cars and motorbikes as well as ambulances and buses. FBI personnel and firefighters in heavy gear are positioned and waiting for order to proceed to the building while water is pouring in the collapsed section of the Pentagon. Fire kept burning, later I learnt the fire was not put off many hours later because the Pentagon was of WWII vintage and a lot of horse hair was put under the roof for insulation and it is difficult to extinguish it. Few sandals and shoes with yellow ribbons tied on for identification were scattered on the grass. Now and then thumping helicopters circled above us swirling the dirt and grass around us.

We returned to the yellow staging area and waited for events to unroll. Major General T., the Walter Reed Medical Center commander, and his staff passed by and shook our hands. Mainly we waited and waited, nothing happened till Maj. M. called us for a briefing at around 15:30. The assumption at that time is probably by now all the gravely injured are either dead or evacuated at the other side of the Pentagon but we had to be ready for casualties like heat injuries, crushed fractures, dehydration...from the rescuing party.

A treatment civilian physician from OPCON (Operation Control) arrived. After a quick briefing by MAJ M. He realized that we were much more organized and well sheltered against the scorching sun so he expressed his idea of moving the out "Front" team to merge with us. We also discussed procuring electricity for the expectant long night coverage. Around 17:30 I started to think about my wife with the fractured ankle (I did call earlier asking the clinic personnel to relay the message to her that I am doing OK). I talked to Dr. F., COL U. and MAJ M. about leaving for a couple of hours to check on the status of my wife who is from my understanding still at the clinic from the early morning. I was asking for ways to come back in, for example their phone numbers to contact or passes in case I was stopped at the gates and denied entry. COL U. said there is no need for me to come back. They have plenty of physicians. He predicted that most likely after the firefighters stop the blaze, no survival will be found. Nevertheless, I asked for their phone numbers.

While debating myself how to get back to the clinic (about I mile as the crow flies) not only because I did not know how to get back on foot but also how to get thru all these gates in between the Pentagon, Henderson Hall (a Marine barrack) and Ft Myer, I flagged a passing unmarked minibus with a FBI agent on and asked for transportation back to my office. With again my easily recognized yellow jacket SENIOR PHYSICIAN on, he readily agreed to transport me: barriers on the road were no obstacle for him, he just crossed over then dropped me at the front gate of Ft. Myer. Although the gate was closed and heavily guarded with guns and machine guns, the soldiers recognized me and opened the gate for me to enter.

Passing the gate, I proceeded on foot to the clinic which is about a couple of blocks away, suddenly from nowhere an ambulance approached. I flagged it and found out it was our ambulance returning from the Pentagon. At the clinic headquarters, the clinic staff was listening to the radio-conference called by Major General T. while a TV was running close by. I asked where are the whereabouts of my wife and was told she just went home thanks to the help of a coworker.

Tired, I decided to go home and plan to grasp a quick bite and a short shower before rejoining my yellow team. While driving out of the post, small groups of well-armed soldiers were posted at different strategic corners. An HUMMWV mounted with a machine gun was patrolling. The post was eerily silent, no activities. Getting out of the gate, there was a long line of incoming vehicles waiting their turn to be inspected thoroughly, I started to think how to get back to the clinic. At Rosslyn, there was traffic gridlock going on, bumper to bumper cars, for automobiles trying to get to Highway 395 or 50 East. I could not get on the George Washington Parkway, maybe it was closed because it passes through CIA. I made a U-turn and got to 50 West and headed home without difficulties: the traffic was much lighter than usual at rush hour.

Close to home a house with a large American flag was seen covering its window.

At home, reassured after a short inquiry of my wife's health status, I ate quickly, took a shower and got ready to depart. But first I called the clinic headquarters and CPT E. told me that the Commander of the clinic left home with instructions that the clinic will be open tomorrow. I told him that I will try to get back to my team and if he had any calls for me, to reach me at home. (I will contact my home from the road now and then). I also called the yellow team staff but only Dr. F. answered. He said all is doing well, albeit slow, no action and there was no need for me to come back: they were sending people home. Reassured, I started to watch TV and the unimaginable horror rolled in front of my eyes: "Sep. 11 will be a day of infamy..."

A half-staff American flag is flying...

Sep.2001

Duong Nguyen, M.D.

Colonel (Ret.), US Army

Former Captain ARVN (Army of the Republic of Vietnam)

Navy Annex
Richmond
NEXT RIGHT

SENIOR PHYSICIAN

DEPARTMENT OF THE ARMY

Duong Nguyen

IS PRESENTED THE

CIVILIAN AWARD FOR HUMANITARIAN SERVICE

For exceptionally meritorious service during the September 11, 2001, terrorist attack on the Pentagon. Without regard for his own safety, Dr Nguyen courageously went to the Pentagon and was one of the first medical professionals on site. He assisted in the immediate care of victims and assumed the role of senior physician at the Yellow treatment site. Despite repeated threats of another attack, he established a well-organized treatment area. He optimized the use of the available equipment to assure rapid and essential care to casualties brought to the treatment area. His mature, calm and intelligent demeanor was reassuring to those around him.
Dr. Nguyen's exemplary and courageous actions are representative of the highest ideals of service to country and are in the finest tradition of the United States Army.

February 28, 2002

Joel B. Hudson
Administrative Assistant to the Secretary of the Army

Cuộc Tấn Công Vào Ngũ Giác Đài: Ngày 11 Tháng 9 Năm 2001

Khoảng 9:00 giờ sáng, tôi vừa phối hợp chăm sóc vợ tôi bị gãy cổ chân vừa theo dõi và điều trị một nữ bệnh nhân bị đau bụng và một nữ bệnh nhân khác đau đầu gối.

Trong khi đẩy xe lăn cho vợ tôi đến phòng đợi, tôi liếc lên màn ảnh truyền hình thì thấy tháp Bắc của Trung Tâm Thương Mại Thế Giới đang bốc cháy, cùng lúc đó một máy bay phản lực lớn đang tiến tới lao vào tháp thứ hai. Phản ứng đầu tiên của tôi là thật kinh khủng; làm thế nào mà những tên khủng bố có thể làm được điều đó?

Chúng không thể hành động một mình được, vì máy bay phản lực khổng lồ không thể điều khiển được bởi chỉ bằng một tên đánh bom cảm tử kiểu thần phong kamikaze. Phản ứng thứ hai của tôi là ít nhất cũng còn chút may mắn vì chúng chỉ đánh trúng vào một phần ba trên của tòa tháp mà không nhận ra rằng toàn bộ tòa tháp sẽ sụp đổ do sự va cắt mạnh làm bốc cháy nhiên liệu của phản lực cơ đưa đến sự chảy nhão của khung biệt thự.

Trở lại với bà bệnh nhân đau bụng đang chờ kết quả xét nghiệm, tôi nói với bà là cần chút thời gian nữa mới có, và tôi cũng vắn tắt cho bà biết là Trung Tâm Thương Mại Thế Giới vừa bị bọn khủng bố tấn công. Tiếp đó loa phóng thanh của bệnh xá loan báo code vàng bắt dầu có hiệu lực, điều đó có nghĩa là có thương tích hàng loạt sẽ đến. Vị Chỉ Huy Trưởng bệnh xá ra lệnh cho nhân viên di tản bệnh nhân. Lúc đó chúng tôi không hiểu tại sao lại phải di tản. Sau đó người ta nói rằng có vụ nổ bên Ngũ Giác Đài và ở đó đang cần sự yểm trợ y tế. Vài bác sĩ và tôi vội vàng băng qua khu Henderson (khu trại Thủy Quân Lục Chiến kế bên) tới Ngũ Giác Đài. Dọc đường, có những mảnh cánh máy bay nằm trên bãi cỏ. Khi đi ngang qua một xe cứu thương, một nhân viên đưa cho tôi chiếc áo khoác màu vàng, tôi thấy có chữ 'bác sĩ' may sẵn trên đó. Nghĩ rằng tất cả mọi người tại hiện trường đều phải mang để nhận diện nên tôi khoác vào. Tôi không đọc được hết cả câu vì chữ ngược. Sau đó tôi nhìn thấy hàng chữ lớn 'BÁC SĨ CAO CẤP NHẤT' trên cái áo khoác phản chiếu.

Chúng tôi dừng lại để khám nhanh vài bệnh nhân bị thương không nặng lắm như bị châm thủng hoặc trày da bàn tay và cánh tay. Là những nhân viên y tế hầu như đầu tiên có mặt tại hiện trường và không biết rằng những nguy hiểm liên tục có thể xảy ra, chúng tôi đã tới gần tháp kiểm soát không lưu trực thăng, ngang qua khu vực Ngũ Giác Đài đang bốc cháy (nhưng chưa sụp đổ). Chúng tôi dừng lại để khám một nữ bệnh nhân da đen tinh thần suy sụp đang thở nhanh. Bác sĩ R hỏi bệnh và thẩm định tình trạng. Tôi nghe tim phổi thấy bình thường. Yên tâm, chúng tôi tiến tới; rồi có người báo rằng người ta đang cần bác sĩ ở khu lựa thương. Chúng tôi tiến nhanh về hướng căng dây vàng gần cây cầu bên trên. Chúng tôi điều trị vài người bị thương nặng hơn. Rồi có người la lớn là mọi người phải đi bên dưới cầu vì có một chiếc máy bay bị không tặc chưa xác định đang hướng về phía chúng tôi. Chúng tôi phụ giúp khiêng người bị thương bằng cáng đến dưới cây cầu. Khi chúng tôi đang sắp xếp đồ tiếp liệu bên dưới cầu, thì được lệnh di chuyển ra ngoài, và các tình nguyện viên đã giúp mang những hộp tiếp liệu y tế, các giải băng nylon màu vàng và cờ vàng. Chúng tôi cố gắng một lần nữa để trải rộng dây băng nhưng có người nói chúng tôi phải di chuyển trở lại bên dưới cầu vì có một máy bay khác đang tiến đến.

Khi một bác sĩ Hải quân đang khám đầu của một phụ nữ da đen nằm trên một chiếc băng ca, tôi nhìn vào chân bà và thấy đùi bà bị phỏng độ hai, tôi gọi Silvadene nhưng có người nói bà bị dị ứng với sulfa. Tôi gọi nước biển và đưa cho một nhân viên giúp ông bác sĩ Hải quân truyền tĩnh mạch cho bà. Cho tới lúc đó, bà là bệnh nhân nặng nhất chúng tôi gặp. Biết rằng bà đã được chăm sóc, tôi quay qua khám một nam bệnh nhân bị hít khói. Ông nói là không sao, không đau ngực hoặc khó thở. Tôi nghe tim phổi và thấy tim ông đập bình thường, không có tiếng khò khè, tiếng rít, tôi nói ông ngồi xuống, dựa lưng vào tường và tôi gọi dưỡng khí. Một người mang một bình dưỡng khí đến và nối ống dẫn vào mũi ông. Tôi đến khám bệnh nhân khác bị chấn thương đầu, tôi thấy là vết thương nhẹ.

Vào lúc đó, một bác sĩ Hải quân khác, Y sĩ Đại tá F, cũng có mặt với tôi, chúng tôi phối hợp nhau và đề nghị cùng kiểm tra tiếp liệu y tế, chúng tôi phải làm quen với những gì sẵn có. Chúng tôi thấy chỉ có một bọc nước biển. Trong khi kiểm kê thấy có một Lifepak, chúng tôi quyết định thực tập với nó để làm quen và yêu cầu một y tá cấp cứu hướng dẫn cách sử dụng. Một vị tuyên úy đến. Chúng tôi thảo luận và định vị một KHU CHỜ ĐỢI (ĐEN), kế bên nhưng ngoài tầm mắt, cho các tử thi cũng như những mẩu vụn của cơ thể.

Một sĩ quan Không quân rất năng động và hiệu quả, Thiếu tá M (tôi biết được sau đó, được chỉ định là Chỉ huy Trưởng Khu Lựa Thương) ra lệnh cho nhân viên cứu thương, ông hỏi tôi và bác sĩ F xem ai là người phụ trách ở đây, Bác sĩ F nhìn chiếc áo khoác vàng của tôi với hàng chữ "BÁC SĨ CAO CẤP NHẤT" và chỉ tôi.

Do đó, ở đây tôi đương nhiên là lãnh đạo của toán lựa thương vàng, lúc đầu được coi như toán lựa thương hàng loạt. Tôi chỉ định Đại tá B làm Y Tá trưởng, Bác sĩ F làm phụ tá và Hải quân Trung úy Y tá P là nhóm nòng cốt. Băng màu vàng được cột vào cánh tay như một cách để nhận diện. Tôi nói Bộ binh Thiếu tá Q, một sĩ quan hành chánh quân y ghi tên từng người của nhóm chúng tôi và giữ danh sách. Tôi giao cho một tình nguyện viên không phải là nhân viên y tế gắn 'thẻ thảm họa' cho tất cả các bệnh nhân được đưa đến. Các nhân viên y tế khác bắt đầu tham gia và Đại tá B tổ chức thành những nhóm nhỏ hơn, mỗi nhóm có một bác sĩ, một vài y tá và trợ y. Trong khi thành lập nhóm, chúng tôi cũng liên tục điều trị những bệnh nhân ngay sau khi họ được đưa đến.

Khoảng 1:00 giờ chiều nước đóng chai và tiếp đó là thực phẩm được đem đến làm cho chúng tôi sảng khoái bởi vì mọi người đã bắt đầu thấy khát. Sau đó nhu cầu tự nhiên không tránh được của con người nổi lên, tôi đang nghĩ tới những bụi cây gần đó thì một ông ở đâu đột nhiên xuất hiện và nhờ tôi thông báo cho mọi người là phòng vệ sinh và khu nghỉ ngơi được cung cấp trên xe buýt VIP có máy lạnh của ông. Ngoài ra các hộp đựng rác cũng được cấp phát (có ai đó đang suy nghĩ), mọi người xả vào, Thiếu tá Q lấy một cái bịch và thu rác xung quanh khu vực. Trong khi đó những toán thu nhập chứng cớ của FBI đến với những túi đen và bắt đầu làm sạch khu vực có các mảnh vỡ của máy bay.

Tăng cường đến: Các bác sĩ, trợ y và y tá của Bệnh viện Quân đội Walter Reed và bệnh viện dân sự gần đó (bác sĩ phong thấp, một bác sĩ nhi khoa với túi bơm dưỡng khí và ống thông khí quản). Một Bộ binh Y tá của một đơn vị chữa phỏng đến, nhưng anh được nhanh chóng chuyển tới khu ĐỎ. Khu của chúng tôi có vẻ như là điểm tập trung đầu tiên cho nhân viên y tế, tình nguyện viên phi y tế và tiếp liệu y tế để sau đó được phân phối cho 'TUYẾN ĐẦU'. Chúng tôi tiếp tục kiểm kê tiếp liệu y tế một lần nữa và tái thành lập các toán nhỏ. Kiểm điểm lại thuốc men chỉ dùng một lần: không có morphine hay thuốc làm giãn nở phế quản ... tôi chuyển tin nhắn đi và thật ngạc nhiên là chỉ ít phút sau tiếp liệu được cung cấp bởi Y sĩ Đại tá U, một người quen của tôi khi chúng tôi cùng ở trong vòng chỉ huy.

Không còn gì khác để làm, tôi quyết định làm một trinh sát tại 'TUYẾN ĐẦU' với Thiếu tá Q. Trong khi tiếp cận lều chỉ huy, một cấp cứu viên đưa cho tôi một máy hút, tôi giao cho Thiếu tá Q cầm. Bây giờ, với danh nghĩa một "BÁC SĨ CAO CẤP" trên áo khoác vàng và được một sĩ quan hiện trường tháp tùng, chúng tôi trông giống như một toán thanh tra chính thức 'TUYẾN ĐẦU'. Tại lều chỉ huy, bác sĩ F hỏi tôi có thể là một trong hai tình nguyện viên vào khu Ngũ Giác Đài bị cháy để nhận xác chết, cụt đầu, hoặc mảnh vụn cơ thể. Câu trả lời của tôi là tiêu cực nhưng tôi sẵn sàng tình nguyện nếu được yêu cầu. Ông bảo tôi chờ bên ngoài và vài phút sau đó ông nói rằng ông đã có đủ tình nguyện viên. Trong khi ở 'TUYẾN ĐẦU', chúng tôi thấy Thiếu Tướng J, Chỉ huy trưởng Quân khu Washington và phái đoàn của ông.

Dọc đường, có toán người đang phá dỡ rào cản bằng bê tông giữa đường để dễ dàng đi vào Ngũ Giác Đài, có đoàn xe quân khuyển cảnh sát K9, xe cảnh sát và xe máy dầu cũng như xe cứu thương và xe buýt. Nhân viên FBI và nhân viên cứu hỏa trang bị đầy mình được định vị và chờ lệnh để tiến tới tòa nhà trong khi nước được bơm xối xả vào các phần bị sập của Ngũ Giác Đài. Lửa tiếp tục cháy, sau đó tôi được biết là người ta đã không dập tắt được ngọn lửa cho đến nhiều giờ sau đó vì Ngũ Giác Đài là toà nhà cũ từ Thế chiến II để lại và có rất nhiều lông ngựa lót dưới mái nhà để cách nhiệt. Vài chiếc dép và giầy có gắn băng màu vàng để xác định nằm rải rác trên thảm cỏ. Thỉnh thoảng máy bay trực thăng nổ thình thịch quay vòng vòng trên đầu chúng tôi làm xoáy tung bụi đất và cỏ xung quanh chúng tôi.

Chúng tôi trở lại khu lựa thương vàng và chờ đợi cho các sự việc được sáng tỏ.

Thiếu tướng T, Chỉ huy trưởng Trung tâm Y tế Walter Reed, và nhân viên của ông đi ngang qua và bắt tay chúng tôi. Chủ yếu là chúng tôi chờ đợi và chờ đợi. Không có gì xảy ra cho đến khi Thiếu tá M gọi chúng tôi và tóm lược tình hình vào khoảng 3:30 giờ chiều. Phỏng đoán lúc đó là có lẽ tất cả những người bị thương nặng đã chết hoặc đã được dời qua phía bên kia của Ngũ Giác Đài, nhưng chúng tôi đã sẵn sàng cho những thương tích khác như chấn thương vì hơi nóng, gãy nát xương, mất nước ... cua toán giải cứu.

Một bác sĩ điều trị dân sự từ OPCON (Operation Control: kiểm soát hoạt động) đến.

Sau một báo cáo ngắn gọn của Thiếu tá M, ông nhận ra rằng chúng tôi tổ chức chu đáo hơn và cũng được che chở chống ánh nắng nóng bỏng hơn nên đã ngỏ ý di chuyển nhóm "Tuyến Đầu" của ông vào nhập với nhóm chúng tôi. Chúng tôi cũng bàn về việc cung cấp điện cho một đêm dài mong đợi.

Khoảng 5:30 chiều, tôi bắt đầu nghĩ tới vợ tôi đang bị gãy cổ chân (tôi đã gọi trước nhờ nhân viên bệnh xá nhắn với bà rằng tôi vẫn bình yên). Tôi nói với Bác sĩ F, Đại tá B, Đại tá U và Thiếu tá M là tôi sẽ đi ra ngoài vài giờ để kiểm tra tình trạng của vợ tôi mà tôi nghĩ rằng bà vẫn còn ở tại phòng khám từ sáng sớm đến giờ. Tôi hỏi cách để trở lại, như số điện thoại liên lạc hoặc cách đi qua cổng trong trường hợp tôi bị chặn lại không được vào. Đại tá U nói là tôi không cần phải trở lại, bởi vì đã có rất nhiều bác sĩ ở đây rồi. Ông phỏng đoán rằng rất có thể sau khi lính cứu hỏa dập tắt được ngọn lửa thì không còn ai sống sót nữa. Tuy nhiên, tôi vẫn xin số điện thoại của họ.

Trong khi suy nghĩ làm cách nào để trở lại bệnh xá (khoảng một dặm đường chim bay) không những chỉ vì tôi không biết làm sao để trở lại bằng đường bộ nhưng còn làm thế nào để có thể qua được tất cả các cổng gác từ Ngũ Giác Đài đến Henderson Hall và Ft Myer. Tôi vẫy một xe minibus không có dấu hiệu trong đó có một nhân viên FBI và yêu cầu ông cho quá giang về văn phòng của tôi. Một lần nữa, cái áo khoác vàng với hàng chữ

BÁC SĨ CAO CẤP NHẤT dễ dàng nhận ra, ông sẵn sàng cho tôi quá giang: rào cản trên đường không là trở ngại đối với ông, ông vượt qua và thả tôi xuống ở cổng trước của Ft Myer. Mặc dù cổng đã đóng và được bảo vệ nghiêm ngặt với súng dài súng ngắn, nhưng binh lính nhận ra tôi và mở cửa cho tôi vào.

Qua cổng, tôi tiếp tục đi bộ đến bệnh xá cách đó vài góc đường, đột nhiên từ đâu một xe cứu thương đến gần. Tôi vẫy và nhận ra đó là xe cứu thương của chúng tôi từ Ngũ Giác Đài trở về. Tại phòng chỉ huy bệnh xá, các nhân viên bệnh viện đang nghe Thiếu Tướng T tường trình qua loa phóng thanh trong khi màn ảnh TV đang mở gần đó. Tôi hỏi tin tức vợ tôi hiện tại đang ở đâu và người ta cho biết là bà đã được một đồng nghiệp của tôi đưa về nhà rồi.

Mệt mỏi, tôi quyết định về nhà và định ăn cái gì chút đỉnh và tắm nhanh một cái trước khi trở lại toán cấp cứu vàng của tôi. Trong khi lái xe ra khỏi trạm gác, những nhóm nhỏ binh sĩ vũ trang cùng mình đã được đóng ở nhiều góc đường khác nhau.

Một chiếc HUMMV có gắn súng máy đang tuần tra. Các trạm gác yên tĩnh lạ lùng, không có hoạt động gì. Ra khỏi cổng, một hàng dài xe cộ chờ đợi đến lượt mình để được kiểm tra toàn diện. Tôi bắt đầu nghĩ làm thế nào để trở lại bệnh xá. Tại Rosslyn, giao thông bị tắc nghẽn, xe cộ nối đuôi nhau, đang cố gắng để lên xa lộ 395 hoặc 50 Đông. Tôi không thể nào vào được GW Parkway, có lẽ con đường này đã bị đóng vì nó chạy ngang qua CIA. Tôi quẹo chữ U và lên xa lộ 50 Tây và về nhà không có gì khó khăn; giao thông dễ dàng hơn nhiều so với ngày thường vào giờ cao điểm.

Về gần tới nhà tôi thấy một nhà treo cờ Hoa kỳ phủ qua cửa sổ.

Ở nhà, sau khi yên trí với tình trạng sức khỏe của bà xã, tôi ăn vội vã, tắm sơ qua và sẵn sàng trở lại Ngũ Giác Đài. Nhưng trước khi đó tôi gọi lại phòng Chỉ Huy bệnh xá thì Đại uý E cho biết là Đại tá Chỉ Huy Trưởng đã về nhà với lệnh là bệnh xá sẽ mở cửa hoạt động bình thường ngày mai. Tôi báo cho Đại uý E là tôi sẽ trở lại Ngũ Giác Dai va nếu ai cần liên lạc tôi thì cứ gọi về nhà tôi (tôi sẽ thường xuyên gọi về nhà tôi). Tôi cũng gọi nhóm Vàng của tôi thì Đại tá F trả lời là nhóm Vàng hoạt động rất ít không có chuyện trầm trọng gì cả và nhóm không cần tôi nữa: nhóm đang giải tán.

Lấy lại bình tĩnh, tôi mở truyền hình xem và chuyện không thể tưởng tượng xảy ra trước mắt tôi: "Ngày 11 tháng 9 sẽ là một ngày ô nhục..."

Một cờ Hoa kỳ treo rủ giữa cột cờ phấp phới bay.

Nguyễn Dương

Ký giả Phil McCombs và Y sĩ Đại tá Nguyễn Dương

The Washington Post

Style

4 In Japan, the press pushes to cover the prince's romance

7 Recordings: Nench Cherry, Sade, Bon Jovi and Trouble

Vietnam: Hazy Images And Searing Memories

The Drama of The Absolutely Ordinary Soldier

By Henry Allen

The Two Wars of Duong Nguyen

By Phil McCombs

Style

Vietnam: Hazy Images And Searing Memories

The Drama of The Absolutely Ordinary Soldier

The Two Wars of Duong Nguyen

B6 Wednesday, November 11, 1992

Duong Nguyen's Two Wars

WARS, From B1

Col. Duong Nguyen in an Iraqi trench in March 1991 after the Persian Gulf War.

The Path to America

'A Superb Soldier'

"Looking at me, they see a Vietnamese face and get a vivid feeling of their own suffering. I don't take it personally."

—Col. Duong Nguyen

When Fate Rules

ESCAPE FROM VIETNAM

Ban Mê Thuột fell into the hands of the communists, next was the "strategic withdrawal" of the South Vietnamese military forces in Kontum and Pleiku, who were following the "famous" plan of President Nguyễn Văn Thiệu. After that, Quảng Ngãi and Quảng Tín were ceded to the VC (Viet Cong) just like Đà Nẵng, the second largest city of South Vietnam. Tuy Hoà and Dalat (my honeymoon resort town) followed not long after. Phan Rang, Long Khánh (about 60 kilometers from Saigon) and Bình Tuy were under constant harassment by the fresh and well-equipped units of the communist North Vietnam.

Saigon was in turmoil beginning with the exodus of the Vietnamese orphans to the US. The tragic accident of the US Air Force C5 plane which costs the lives of more than 100 orphans brought fear to the populace. After that, there was the news of the evacuation of all Americans and Vietnamese employees whose lives were endangered if the communists took over. Orders had been issued to burn all secret files at the USAID (USA International Development), USIS (US Information Service) and DAO (Defense Attache Office).

I worked part-time at the SAH (Saigon Adventist Hospital), an American hospital occupying the compound of the old Army 3rd Field Hospital in Saigon, and found that the number of persons coming here to have physical examinations for their passports rose rapidly. An assortment of people came to get the papers, but the majority was the Vietnamese wives of US citizens, next were the Vietnamese employees of different American offices. Sporadically we had some of the members of the high-ranking Vietnamese military and police officers with their families. We had one case of a wife of Vietnamese civil servant who managed to obtain a divorce before getting a "blank marriage" with an Australian so she could get out of Vietnam with her children, her Vietnamese husband would follow them later.

On April 22nd, one senior physician at my place of work (Air Force Medical Center) said to me that he felt very glad to see me and laughed that at least he had a Deputy Commander (myself) in case if all the next to high rank doctors had disappeared. This remark was due to the fact that they knew I worked in an American Hospital, the Saigon Adventist Hospital (SAH) so I had more chance of leaving than they had. The truth was more gloomy: I had asked the SAH administrator about the evacuation plan: I emphasized to him that I would be killed because of my work with the Americans. He answered very politely that, at this time, he had no evacuation plan, that I could give to him the list of all the members of my family so he could give it to the American Embassy to put on the list of people who must be evacuated. He added that if there was any new sign, he would alert us as soon as possible.

So I continued my job, full of medical examinations for passport purpose. One woman, who came to have her exam, asked me why I had no plans to leave because the Americans at USAID had burned all the secret files and gave orders to their employees to bring their relatives to sleep at night in the USAID compound, so they could pick them up rapidly when bad events arose. But one patient at the DAO, while coming to check about her chest pain, said that there was no evacuation plan for Vietnamese employees, all were blah! blah! blah!

April 24th: one another LTC physician failed to show to work yesterday. The fever of insecurity seemed to be everywhere. More bad news came: the High Command of the VN (Viet Nam) AF had issued an order that each unit must make a list of the relatives of all officers so they could make a plan to evacuate their wives and children first. Already in the evening a plane full of high-ranking officer's families had flown to the Philippines. This news made a new wave of panic among all the personnel. They feared about the danger of a rebellion between officers because why only high-ranking families were evacuated, between officers and enlisted personnel because their fate was not discussed. On the television, images of terror at the Đà Nẵng AFB of an American punching a desperate Vietnamese trying to get on a USAF plane before the arrival of communist forces added to the panic. Another thing was: this evacuation plan was concocted by the VN AF while there was no such evacuation plan for the VN Airborne division who was nearby: we were afraid that the paratroopers could easily overrun us, disputed with each other how to get on the planes, or worse shot at the airplanes and finally we would lose all like the we lost Đà Nẵng AFB!

When I went to SAH, the gates of the hospital were closed but I could manage to enter it because the guards recognized me. I saw many small groups of persons, adults and children with their luggage on the hospital parking ground: they were the relatives of SAH personnel waiting for the buses to go to the airport. I went to the administration officer but his secretary told me that he was gone and she did not know about his whereabouts.

I asked other employees, they said that the SAH must close the gate because there were rumors in Saigon that SAH were ready to evacuate those who wanted to leave Vietnam. So many people came to the SAH to be on the list! Since the hospital was closed, I had to go home not knowing when would be my time to go. I still believed in the administrator's words: if they leaved they would alert us!

The next day when I returned to the SAH, it was closed like yesterday but again I could get in. Now the hospital parking lot was empty, all the doors were locked. There were a few souls wandering around. When asked they told me that this morning at 8 AM an American laboratory technician came and told everybody that today was an off day, everybody could leave as a holiday: the SAH would be reopened on Monday. Everybody should lock their doors! Then he disappeared. A little bit later, some smart employees understood that they (the Americans) had all gone. Recapitulating, I found that all these employees: secretaries, nurses were abandoned while the Vietnamese high-ranking personnel and Adventist pastors fled. So that was their promised to save us! One angry employee called for a meeting at the parking lot and shouted that we should break the locks. He even proposed to go en masse and protest at the US Embassy. At this moment, I decided that we had to leave Vietnam: "when the rats are leaving the boat will sink!"

That afternoon, Bảo, my sister-in-law's Vân fiancé, came to see me and pleaded to me to take him to the airport with Vân in case that they were able to get out of Vietnam. The reason was he had not been married yet and being an Army dentist he did not have paper to enter the TSN AFB.

Later in the evening I was told that we must try to get at the airport. My sister-in-law Annie told us that we could go with American Airlines where she worked. That afternoon, we must prepare rapidly, we had to give our future address in the US (the address of my sister-in-law Yvonne who married Mr. Daniel Cornman and now live in New York) to my parents. I promised to them that I would find any way possible to help the rest of my family to leave Vietnam if we could reach America. I bid farewell to my old mother (my father was not at home at that time) and to my brother and sister. I still was not sure that we could go because Annie said that the pilot of Air America (AA), a CIA organization, had only promised four seats, while my wife's family had 11 persons. Annie said it may be possible if we could plead help.

At that time, the next problem was how to get into the TSN Airport because it was well guarded by the Military Police and other security services. They received orders to take into custody any Vietnamese male in the drafting age, even they had airlines tickets. We also knew that some were ready to be bribed if the amount of money was agreeable. But I was lucky, being an AF officer, my car has an AF sticker allowing me to be on base. In an AF uniform, I brought Minh (my brother-in-law), Annie, my wife and my three children through the AFB gate barrier easily.

Once getting in the AA compound, I released them and went to my in-laws' to bring my in-laws parents, Vân and Bảo back to TSN AFB. At the AA compound, I got rid of my AF uniform and changed into civilian clothes and gave the key of my car to Hùng, (Dr. Nông Thế Anh's brother, a friend of mine) who worked for AA. We were waiting here, I was anxious to be apprehended if we were found getting on the airplane. At 9 PM, there was one flight to the Philippines, that flight had only four seats, so Annie and my wife pleaded the pilot to let all of us go, but their efforts were turned down. So, Annie, Minh, Vân and Bảo left, and we must wait for the next flight.

One time, I was scared when one Major of the AFB Security Services recognized me, but I was in good term with him before, he told me I could go ahead. Meanwhile, I still had fears because I could not trust fully security agents, they could be very kind but if we were in "flagrante delicto" like when we set foot on the airplane they could arrest us.

During that time, Saigon was in curfew time, from 8 PM to 6 AM, we could not return home so we decided to sleep in the waiting area of the AA office. At midnight, one Filipino employee told us that we had to leave because it was forbidden to sleep here during the curfew time. So, we had to go, I asked Hùng to give back my car key, I changed again to my military uniform and drove back home. The streets were empty, we did not have any problems until we reached a cross road close to home. We were stopped by a field policeman: we could be jailed for 48 hours for violation of curfew time. I got out of the car and tried to explain to him that we had difficulties at the airport. After looking in the car filled with old people (my in-laws' parents) my wife and three kids he let us go. Close to home we could not enter the road leading to my home because barbed barriers were erected and there were no guards on duty. I had to back off and went to my wife uncle's home close by. We stayed overnight with them on a cool tiled floor.

The next morning, Saturday April 26th, I took my in-laws back to their home and I returned home with my kids (my wife left to work as an air stewardess in TSN Airport). My parents were very happy to see us again, as I was because I had not seen my father this afternoon to say goodbye.

Then I went to my office to work like usual, I met only three doctors and one confirmed to me that our Commander was jailed at the AFB security compound. This news made me more anxious and scared my colleagues who were thinking of escape. Public radio with martial music background announced repeatedly that police will take into custody any person in drafting age who was caught escaping and they would be court-martialed for desertion.

During this time, my wife was at the AA compound trying to persuade the AA manager to let us go. At noon, I returned home and took care of my three children. The phone rang at 4 PM, my wife told me to bring all the kids to the airport. I didn't put too much hope but I must try. I gathered in my briefcase all diplomas and took off all the photos in my family albums: we were to travel light, I was told. I also put a second set of clothes for my children, for myself I hadn't had other clothes than my own on my body

I got inside the AFB without difficulties although I saw a long line of cars waiting to get on base. Fully armed guards stood at the gate. Many persons got out of their cars and sat on the grass waiting for permission to enter. I was told later that many were not allowed to pass through amid crying and pleading.

Inside the AA compound, I met my wife with Mr. Phil McCombs, a regional bureau-in-chief of the Washington Post who was a friend of my in-laws. He had obtained a permission of the AA to let us go. I changed to my civilian clothes quickly in the rest room and rushed with my children to get on the bus which took us to the airplane.

When the bus stopped about a few yards from the airplane, a C-141, my heart beats ferociously: I saw five to six Military Policemen making a cordon leading to the plane. I was afraid to be seized! But I said to myself that could I be so unluckily? I decided whatever will be, I must go, I could not stay in the bus and saw my family departed! I regained control, with my erect composure, I carried my youngest three-year-old Diễm in one hand, the other hand with two light bags, I got out of the bus and rushed uneventfully through the MP cordon. (I was afraid of some of these MP might recognize me as their doctor). This attitude saved me, nobody stopped me and we got into the airplane at last!

We were still very anxious like other male passengers, because the exit door of the plane was not closed yet and security people were still out there. Only when the C-141 took off that we felt secure. But specifically at that moment, I was engulfed with sadness because I had to leave Saigon, far away from my parents, from the rest of my family, leaving Vietnam all memories and belongings that we worked hard to get it.

A moment later, I was aghast when other escapee-passengers told me that it was very difficult for them to get through the airport gate. Some must make five to six times around the gate plaza before to be allowed to pass, some had to bribe five to six policemen at each step of the barrier. One must hide in a supply car of the DAO driven by an American. One another saw one Captain and one Lieutenant in civilian clothes discovered by the MPs and were handcuffed. I thought that I was lucky: I got the phone call at 4 PM, we were at the airport at 4:30 PM, we got on the bus at 4:45PM and at 5:15 PM the plane took off. It was surreal, so quick! Only about one hour duration compared with the tragedies of others.

About three hours later, we landed at Subic Bay Navy base in the Philippines. While preparing to get off the plane, I saw a small group of US sailors at the exit door. Again, anxiety arose: I was afraid that they could arrest us like the story that my former Commander who was deported. But the US sailors were only making two lines to help us, prevent us from falling to the ground because they expected that we were so tired.

At Grande Island, the place that we were temporary located, the sailors helped so much: they asked about our health, took care of our luggage, carried our children, gave us food and drink, talked to us in a gently manner that it sincerely touched us deeply.

We stayed in Subic Bay for four days. At the third day, news came from the radio that about eight hours after our departure at the airport, Saigon was rocketed by the communist forces. At the fourth day, the newly installed President Dương Văn Minh had surrendered. Then, after 20 years of struggle, the Vietnamese Republic flag was wiped off the World's map.

We spent one week in Guam, we were told that my former AMC Commander was safe in California (hence the false rumor before). We then stayed six days at Fort Chaffee, (Fort Smith, Arkansas) before to be reunited with my sister-in-law family, The Cornman's, in Albany, New York.

In reminiscence, my escape from Vietnam could not be successful if I did not have the help of the connection of my wife's family to Mr. Phil McCombs (who put our family's name on the manifest of Air America) and Mr. Đinh Văn Thân, a friend of my eldest brother Nguyễn Đỗ Thọ (who installed for free a personal telephone line to our home -it should be noted that in Saigon during that period only the rich or the well-connected government officials could have a civilian phone line - they both altruistically helped us escape - our sincere thanks).

Briefly, our escape was successful because of 3 main factors (among others):

1- I possessed a car with an Air Force sticker which let us in and out easily through the heavily MP guarded airport gate.

2- I have a home phone and I was at home when my wife called me. (there was no cell phone at that time).

3- Mr. Phil McCombs put our names on the Air America manifest.

My main remorse is I could not help my old parents and the rest of my family out of the communists.

Oklahoma City, June 26th 1975

Duong Nguyen

SỰ THẬT TRẦN TRUỒNG

(THE NAKED TRUTH)

THẾ NÀO LÀ SỰ THẬT?

Sự thật (ST) là một đức tính thiêng liêng giáo lý mà tất cả các tôn giáo lớn đều đề cao. (God is Ttruth: Gospel of John). Nhưng chính sự thật là một vấn đề được bàn cãi rất nhiều mà không có kết quả rõ ràng. (ST mích lòng).

Ngày xưa thời các triết gia cổ của Hy Lạp, ông Socrates (sư phụ của Plato) đã từng tuyên bố răng ông ta rất tin cậy vào ông Plato nhưng ông ta vẫn tin cậy ST hơn. Nên nhớ rằng thời đó Aristotle (đệ tử của Plato) được coi là vị hiền triết số một trên thế giới. Socrates là sư phụ của Plato và Plato là sư phụ của Aristotle. Socrates cũng tuyên bố là "The only true wisdom is in knowing you know nothing" (tạm dịch là "Sự khôn ngoan duy nhất là biết rằng ta không biết gì cả")

Tiểu luận này tránh không dám bàn cãi các lý thuyết về ST của các nhà tu hành. ("The truth will set you free" trong Kinh Thánh The Bible).

Ngay cả Tượng tượng trưng cho Công Lý ở trước Tối Cao Pháp Viện (Lady Justice), bà Công Lý cầm cái cân Công Lý cũng phải bị bịt mắt vì sợ bị lũng đoạn bởi tiền bạc hay quyền thế định kiến. Có câu nói "Les Règles sont faites pour être transgressées" (tạm dịch là các điều lệ thi hành là để được vi phạm) nhưng có thể sửa thay thế chữ "Règles" với "Vérité"?

"Truth and Facts": ST và dữ kiện không giống nhau, ST với ta là khi ta cho rằng quan điểm của ta tin là ST nhưng chưa chắc là đúng.

Thời Nga Sô, có báo PRAVDA (nghĩa là ST) đăng "tin thật" nhưng ai cũng biết là các bài viết trong đó toàn là phản ảnh một chiều của đảng Cộng Sản Nga Sô. Tuyên truyền của các đảng Cộng Sản (CS) là số một, siêu sư phụ bẻ cong ST! Vì thế mới có câu của TT NV Thiệu "Đừng nghe những gì CS nói mà hãy nhìn những gì CS làm"

Thời Đệ Nhị Thế Chiến tuyên truyền của Đức Quốc Xã cũng vậy: Bộ trưởng Bộ Tuyên Truyền là Joseph Goebbels mặc dù đã tuyên bố là "The Truth is stronger than the Lie" (ST mạnh hơn sự nói dối) nhưng ông ta nói đi nói lại là: "If you repeat a Lie often enough, people will believe it, and you will even come to believe it yourself" (Nếu cứ nói dối đi nói dối lại người ta sẽ tin và chính ta cũng tin luôn!)

Chắc chúng ta cũng được nghe một chuyện tương tự như là: "Một ngày nào đó xưa kia, có một người hốt hoảng chạy về nói với mọi người là ở chợ có một con hổ về làng. Ai nấy đều không tin là ở giữa dân chúng đông đúc như thế không thể có thật và vẫn hoạt động như thường. Một lúc sau lại có một người chạy về báo tin là có một con cọp ở chợ. Ai nấy vẫn sinh hoạt như không có chuyện gì cả. Một lúc sau nữa lại có người tới báo là có một con hổ ở chợ. Thế là mọi người bỏ hết việc đang làm mà đánh kẻng hô hoán cho dân chúng cả làng ra săn đuổi con cọp!

Về phía dân chủ Tây Âu cũng không kém: chắc ai cũng nhớ vụ TT Clinton nhà ta dính líu với cô nàng Monica Lewinsky mà khai trước vành móng ngựa là "I did not have sexual relations with that woman". Đúng là mánh khoé của các luật sư không ngại chẻ một sợi tóc để chữa tội! Hay nói quanh co không đúng ST được luật pháp che chở?

Hay chẳng hạn như chuyện cô bé Ann Frank khi trú ngụ tại một căn nhà ở Hoà Lan trong thời kỳ Đúc Quốc Xã chiếm đóng: gia đình chủ nhà giấu diếm luôn luôn nói dối vớt tụi cơ quan mật vụ (Gestapo) là không có ai trú ngụ bất hợp pháp. Hay là thời Việt cộng mới xâm chiếm VNCH có rất nhiều gia đình khai báo là với công an phường phố là không có "Ngụy" ở trong nhà! Ai cũng biết nói ST rất phũ phàng nhất đối với các cơ quan có quyền thế (công an chẳng hạn) thì dễ mang họa vào thân.

Bàn xa hơn nữa như vụ trong dân gian ngày xưa có kể chuyện mấy ông thầy bói mù tả cảnh con voi khi sờ các bộ phận khác nhau (vòi, tai, chân, đuôi) mà quyết đoán con voi là như vậy! (theo quan điểm của họ là đúng)

Nhất là hiện nay sau thời TT Trump thì fake news lan tràn đầy rẫy mà không biết tin nào là thật hay là giả! Không những vậy, hình ảnh cũng có thể làm photo shop ghép lại thành ra như ST! Các ông bà chính trị gia cũng vậy, họ cắt xén hay ghép các bài diễn văn hay lời nói tuyên bố của địch thủ để bêu xấu họ.

Như chuyện ông phi công Bắc Việt CS khoe khoang là ông ta lái phi cơ trốn trong một đám mây để rình bắn phi cơ Mỹ bay tới. Và khi phi cơ ông ta bị bắn trúng đạn vào bình xăng ông ta dơ ngón tay ngoài cockpit để chặn xăng chảy ra. Thế mà chuyện đó được các báo VNCS đăng tung ra để dân chúng tin ra là có thật! Ngay vị có học như bà Dương Thu Hương đã công nhận là đã bị CS Bắc Việt tẩy não, không những bà ta bị mà cả dân chúng miền Bắc Xã Hội Chủ Nghĩa cũng bị mắc bẫy (Tôi đã Ngu).

Hay là chuyên các ông đi câu cá khoe khi về là đã câu được một con cá to tổ bố nhưng bị tuột xẩy mất rồi! (fishy tales: nói dzậy mà không phải dzậy!)

Giới phim ảnh Hollywood cũng không kém: trong phim Sự Thật (The Truth, 2015), bình luận gia nổi tiếng Dan Rather bị mất chức vì nêu bằng chứng giả mạo về TT Bush con được miễn dịch. Trong phim Sự Thật và Thách Thức (Truth or Dare, 2017) có đặt một câu hỏi" chuyện nói dối lần chót của bạn là thế nào?"

Ai cũng biết là sử ký được viết bởi các nhà cầm quyền chiến thắng ("History is written by the victors", W. Churchill), hay "La raison du plus fort est toujours la meilleure" (Le Loup et l'Agneau, Jean De la Fontaine). Kẻ chiến thắng sẽ viết lịch sử theo ý họ, họ bắt các con cháu phải học lịch sử bóp méo, chúng ta dư biết là các tin tức báo chí VC hiện nay đã được bưng bít như thế nào (như vụ ông Tướng trùm CA ăn bít tết lát vàng). Cũng có đôi khi vài nhà viết đứng đắn lương thiện dám viết ST. Nhưng làm sao mà biết được tin nào là đúng ST? Ngay cả các nhà khảo cổ anthropologist hay archeologist khi đào đất khám phá ra các tượng hay artifacts để rồi suy luận đó là ST! Không hiểu có đúng không vì những nhà điêu khắc đó có thể sinh sống kiếm ăn bằng của cải tiền bạc của các đại gia hay các quan quyền giàu có vì các công trình nhân tạo đó không ít thì nhiều cũng phải theo ý thích của các bậc chủ nhân giàu có.

ST có nên tin hay không khi đươc khai ra sau khi tra tấn địch thủ? Kết quả không được khả quan lắm (như water boarding trong chiến trận ở Trung Đông). Máy kiếm sự thật (Lie detector) tuy rằng bớt dã man hơn nhưng cũng chỉ đúng độ 80 tới 90 phần trăm. Còn chích thuốc tìm sự thật (truth serum drug) thì không đươc chấp nhận trên các pháp lý Tây phương. Cờ bạc hay rượu cũng có thể lộ ST.

Ngay cả trong khi không bị tra tấn như trong cuốn sách "Remember-2021" tác giả Lisa Genova đã viết "even witness memory can be distorted when recalls are faded" (ngay cả trí nhớ chứng kiến cũng có thể bị lệch lạc phai dần với thời gian) huống chi là trong khi bị hành hạ tra tấn!

Trong dân gian có câu "nói có sách, mách có chứng" nhưng sách cũng có thể nói một chiều tùy theo tác giả thời đó hay bị phai nhòa như trên.

Hay ta phải dùng xác xuất (standard deviation của Gaussian curve hay normal distribution) trong Thống Kê Học: 2 xác xuất 95% hay 3 xác xuất 99.7% để định giá bao nhiêu phần trăm ST?

Link Snopes là một fact-checking website (Kênh kiểm tra ST) để tra hỏi có đúng hay không mà cũng bị hiện nay nghi ngờ.

Sự thật phũ phàng: (The Naked Truth)

Tranh vẽ "Truth Coming Out of her Well" bởi Jean-Léon Gérôme 1896

Theo một truyền thuyết của thế kỷ thứ 19 về cô Sự Thật (ST) và cô Giả Dối (GD): cô GD và cô ST gặp nhau trong một ngày. GD nói với ST hôm nay trời đẹp quá. ST ngó lên trời thì quả nhiên thấy trời đẹp thật đầy quyến rũ. GD và ST cùng nhau tung tăng chạy nhẩy vui chơi và bước tới một cái giếng cạn, GD nói với ST "nước còn lại trong veo và tốt quá hãy cùng nhau xuống tắm". ST lúc nào cũng nghi kỵ, cho tay thử vào nước và thấy nước sạch và mát thật. ST và GD bèn cởi hết quần áo xuống tắm đùa nghịch với nước giếng. Bất thình lình, GD ra khỏi nước tắm, mặc quần áo lại và đem theo quần áo của ST rồi chạy biến mất. ST giận dữ ra khỏi giếng và chạy đi tìm kiếm ST loanh quanh để lấy lại quần áo. Thế giới chung quanh khi thấy ST trần truồng bèn quay mặt đi khinh bỉ chửi bới ST. ST quá xấu hổ chạy trở lại núp dưới giếng vì vừa xấu hổ và thẹn thùng. Từ đó về sau GD được dư luận hoan nghênh rộng rãi mà không khi nào mong muốn được gặp ST.

Văn hào Mark Twain có viết rằng một sự nói dối có thể đã đi qua cả nửa địa cầu trong khi đó ST chỉ mới xỏ giày vào ("A Lie can travel halfway around the world while the truth is still putting on its shoes").

Gần chúng ta nhất là hàng ngày chúng ta phải đề cao cảnh giác khi nhận được các cú điện thoại lạ hay email, texting đòi gửi tiền gạt chúng ta (spam, phishing...) hay làm crash điện toán của chúng ta.

Hay coi sự nói dối như là một con siêu vi trùng mà chúng ta phải kiếm một thuốc chủng ngừa (vaccine) để diệt trừ? (Foolproof, Why Misinformation Infects Our Minds and How to Build Immunity by Sander van der Linden, 2023).

Vậy ST là ở đâu? Làm sao mà đi tìm đây? Hay phải nhờ ông Diogenes thắp đuốc giữa ban ngày đi kiếm hộ? Nhưng đi kiếm ST để làm gì? Vì có thể làm mất bạn bè thân thích quen biết.

Để chấm dứt xin trở lai câu: "What is the last lie you told?"

NGUYỄN DƯƠNG

2023

"Let GOD be true but everyone be a liar" (The Bible)

*****

LA VÉRITÉ NUE: UNE COURTE DISCUSSION

La vérité est une vertu divine que toutes les religions cherchent à promouvoir (Dieu est la Vérité : Évangile de Jean). Mais en réalité, la vérité est un concept largement discuté sans parvenir à un résultat clair concernant le potentiel de la vérité à offenser.

Il y a très longtemps, le philosophe grec antique Socrate (mentor de Plato) a laissé entendre qu'il faisait confiance à Plato mais qu'il croyait davantage en la Vérité. À cette époque, Aristote, qui était l'élève de Plato, était considéré comme l'un des plus grands philosophes ayant jamais vécu et également le premier véritable scientifique de l'histoire. Socrate a également déclaré que "la seule véritable sagesse réside dans le fait de savoir que l'on ne sait rien."

Cet essai n'ose pas discuter des diverses théories de différents théologiens concernant le message selon lequel "la Vérité vous rendra libres" dans la Bible, il contient donc seulement ma réflexion personnelle.

La Dame Justice devant la Cour suprême des États-Unis représente la vérité, tenant une balance équilibrée et portant un bandeau sur les yeux pour éviter l'influence corruptrice du pouvoir et de la richesse. Dans l'expression "les règles sont faites pour être enfreintes," la Vérité peut être substituée aux “Règles”.

La propagande communiste est numéro un dans la compétition pour savoir qui peut mentir le mieux et le plus facilement, déformant aisément la vérité.

Pendant l'époque de l'Union soviétique, il y avait le journal PRAVDA (qui signifie "vérité" en russe), mais tout le monde savait que les articles publiés étaient principalement des propagandes unilatérales du Parti communiste soviétique. La propagande des partis communistes était une sorte de super maître de la déformation.

D'où les paroles de feu le Président de la République du Sud-Vietnam, Nguyen Van Thieu: "Ne croyez pas les paroles des communistes, mais croyez en leurs actions," semblable à l'expression courante "les actions parlent plus fort que les mots."

Pendant la guerre du Vietnam, une histoire courante promue par les communistes racontait qu'un pilote nord-vietnamien se cachait dans les nuages pour tendre une embuscade aux avions américains. Même lorsque le réservoir de carburant de son avion était touché par des balles, il aurait utilisé ses doigts nus pour arrêter la fuite de carburant, selon l'histoire. Cette légende était tellement médiatisée au Nord-Vietnam que le public la croyait naïvement, y compris la Dr. Duong Thu Huong, une femme bien éduquée qui a plus tard admis avoir été aveuglée et lavée de cerveau par le parti communiste.

Pendant la Seconde Guerre mondiale, Joseph Goebbels, le ministre de la Propagande nazi, répétait sans cesse : "Si vous répétez un mensonge assez souvent, les gens finiront par le croire, et vous finirez même par le croire vous-même !" malgré sa déclaration selon laquelle "La Vérité est plus forte que le Mensonge."

Presque tout le monde a entendu une version du conte populaire classique, ressemblant à ceci : un jour, il y a très longtemps, un paysan a crié de panique "il y a un loup !" sur le marché. Personne ne l'a cru, sachant qu'il n'y avait rien de tel car les loups ont peur des humains. Indifférents, ils ont continué comme avant. Un peu plus tard, une autre personne a annoncé à nouveau "il y a un loup !" mais tout le monde a continué à vaquer à ses occupations normalement. Plus de temps s'est écoulé, puis une troisième personne a répété qu'il y avait un loup sur le marché. Enfin, tout le monde a arrêté de travailler et a donné l'alarme pour chasser le loup.

Il n'y a pas si longtemps, nous nous souvenons tous de la déclaration officielle de l'ancien Président Clinton: "Je n'ai pas eu de relations sexuelles avec cette femme (Monica Lewinsky)," disant la vérité uniquement en se livrant à des subtilités juridiques.

Le même cas s'est produit pendant la Seconde Guerre mondiale lorsque le propriétaire de la maison qui cachait Anne Frank a dit à la Gestapo qu'il n'y avait pas de Juifs ni d'autres personnes qui ne correspondaient pas à l'Allemagne idéale des nazis.

Vivaient dans leurs maisons, après l'invasion des communistes nord-vietnamiens au Sud-Vietnam, de nombreux propriétaires ont caché des responsables et des soldats sud-vietnamiens, malgré la peur d'être découverts par la police notoirement très sévère.

Il y a bien longtemps, le folklore vietnamien raconte l'histoire de quatre devins aveugles qui décrivent un éléphant en fonction de ce qu'ils ressentent. En touchant sa patte, l'un décrit une colonne ; l'oreille devient un éventail ; la queue, un balai ; et la trompe, une grosse sangsue. Aucune des réponses n'est correcte, toutes sont différentes, mais toutes représentent la vérité individuelle des hommes par rapport à ce qu'ils ont ressenti.

Pendant l'administration de l'ancien Président Trump et l'ère post-Trump actuelle, les fausses informations abondent, et même les photos ne peuvent pas être crues en raison de la prévalence croissante d'images générées par l'IA. Lorsque les candidats à la présidence font campagne, leurs discours peuvent être sortis de leur contexte et manipulés en arme contre leurs adversaires.

Même Hollywood ne peut échapper à la vérité ou aux mensonges: le célèbre présentateur Dan Rather a été critiqué dans le film "The Truth" (2015) pour avoir défendu l'utilisation d'un faux document sur l'immunité militaire du Président W. Bush. Un autre film, "Truth or Dare" (2017), posait la question : "Quel est le dernier mensonge que vous avez dit ?"

Un autre exemple de la culture populaire est l'histoire du pêcheur qui se vantait d'avoir attrapé un poisson "énorme" qui a réussi à lui échapper !

L'histoire est écrite par les vainqueurs (Winston Churchill) ou "La raison du plus fort est toujours la meilleure" (Jean de La Fontaine dans Le Loup et l'Agneau, 1668), traduit librement par "La raison du plus fort est toujours la meilleure." Les vainqueurs écriront l'histoire comme ils le souhaitent, et non seulement cela, les générations futures doivent apprendre leurs récits. Nous savons très bien qu'aujourd'hui, les nouvelles sont censurées, comme l'histoire d'un ministre vietnamien de la Sécurité publique (la police) qui a commandé un steak saupoudré d'or 24 carats auprès du chef Salt Bae à Londres. Le steak coûtait environ 1450 livres anglaises, bien que son salaire mensuel officiel soit à peine le dixième de cela !

De temps en temps, un écrivain ose dire la vérité, mais comment et qui pouvons-nous croire ? Même les anthropologues ou archéologues historiques ne peuvent pas toujours être crus, car à leur époque, les revenus des artistes dépendaient des riches et puissants responsables qui pouvaient ordonner que des artefacts ou sculptures soient façonnés pour correspondre à leurs caprices ou désirs.

Un autre aspect concerne l'impact de la torture sur la vérité. Est-ce que quelqu'un soumis à la torture (comme le waterboarding pendant les guerres du Golfe) dira la vérité ? Les détecteurs de mensonges, bien que moins barbares, n'ont qu'une précision de 80 % à 90 %, et les médicaments de sérum de vérité restent illégaux. Cependant, le jeu ou la consommation d'alcool peuvent révéler certaines choses. Lisa Genova, dans son livre Remember (2021), déclare que "même la mémoire des témoins peut être déformée lorsque les souvenirs s'estompent", sans parler de la "vérité" révélée sous la torture.

Il y a l'expression "citez avec des livres mais justifiez avec des faits", mais les livres ne peuvent pas être entièrement fiables car ils dépendent de l'opinion de l'auteur à un moment donné, rendant le texte obsolète au fil des ans. Les faits aussi peuvent être manipulés.

Devrions-nous utiliser la courbe de Gauss ou la distribution normale en statistiques pour discuter de la vérité ? Quel intervalle de confiance devrions-nous utiliser : 95 % avec 2 écarts-types ou 99,7 % avec 3 écarts-types ?

La vérité et la fiabilité du site de vérification des faits Snopes sont également contestées.

La peinture "La Vérité sortant du puits" par Jean-Léon Gérôme, réalisée en 1896, raconte une légende du 19e siècle sur la Vérité (V) et le Mensonge (M) :

Selon cette légende, un jour ensoleillé, M dit à V : "Quel beau temps aujourd'hui !" V leva les yeux vers le ciel et trouva effectivement qu'il faisait beau et séduisant. Ensemble, M et V jouèrent joyeusement, sautant et dansant, jusqu'à ce qu'ils arrivent à un puits asséché. M dit à V : "L'eau ici est claire et fraîche, allons nous baigner ensemble." Cependant, V était toujours méfiante elle trempa sa main dans l'eau et la trouva propre et rafraîchissante. Alors, M et V se déshabillèrent et commencèrent à jouer dans l'eau du puits. Soudainement, M sortit de l'eau, remit ses vêtements et prit les vêtements de V avant de disparaître en courant. V, en colère, sortit du puits et partit à la recherche de M, parcourant les environs pour récupérer ses vêtements. Les gens qui la virent nue se moquèrent d'elle et la blâmèrent. V, se sentant honteuse et embarrassée, retourna se cacher sous le puits. Depuis ce jour, la société a accueilli M avec enthousiasme, sans jamais souhaiter de revoir V.

Mark Twain a écrit un jour : "Un mensonge peut faire le tour du monde pendant que la Vérité met encore ses chaussures."

Chaque jour, nous devons être vigilants lorsque nous recevons un appel d'un numéro inconnu, des e-mails ou des SMS, à la recherche de quelqu'un à escroquer.

Récemment, Sander van der Linden a écrit le livre "Infaillible : Pourquoi la désinformation infecte nos esprits et comment développer une immunité" (2023), discutant des mensonges comme des super virus nécessitant que nous développons et distribuons un vaccin.

Aussi, l' AI (Intelligence Artificielle) a déformé les images de la chanteuse américaine Taylor Swift (dans l'Internet) qui est profondément chagrinée.

Avec les élections actuelles dans le monde entier la vérité jouera un part très important pour notre avenir.

Alors, où se trouve la Vérité ? Comment la trouver ? Devons-nous demander à Diogène de chercher un homme (la Vérité ?) avec sa lanterne en plein midi ? Il est facile de perdre des connaissances, des amis et de la famille. En conclusion, j'aimerais revenir à la question: "quel est le dernier mensonge que vous avez dit ?"

Duong Nguyen (révisé par Thu Lan Perales)

"Que Dieu soit vrai, et tout homme menteur" (La Bible)

THE NAKED TRUTH

Truth is a divine virtue that all religions seek to promote (God is Truth: Gospel of John). But in reality, Truth is a concept discussed widely without reaching a clear result about the potential of the truth to offend.

A very long time ago, the ancient Greek philosopher Socrates (Plato's mentor) let it be known that he trusted Plato but he believed more in Truth. At that time, Aristotle, who was Plato's pupil, was considered one of the greatest philosophers who ever lived and also the first genuine scientist in history. Socrates also declared that "The only true wisdom is in knowing you know nothing."

This essay does not dare to discuss the diverse theories of various theologians concerning the message that "the Truth will set you free" in the Bible so it contains only my personal thinking.

The Lady Justice in front of the US Supreme Court represents the truth, holding an equal balance and wearing a blindfold to avoid the corrupting influence of power and wealth.

In the saying "rules are made to be broken," the Truth can be substituted for rules.

Between Truth and Fact: Truth and Fact are not similar, "fact is something indisputable;" a fact does not have to be believed while "truth may be based on fact, it is subjective because it includes the element of belief."

During the Soviet Era in Russia, the newspaper PRAVDA (Truth in Russian) professed to publish the truth while actually promoting communist party propaganda. ("Truth was scarce in Stalin's Soviet Union," by The Red Hotel Moscow 1941 by Alan Philps, Pegasus) and even now under Putin's rule, the unprovoked invasion of Ukraine is termed a "special military operation" of self-defense.

Communist propaganda is numero uno in the competition for who can lie the best and most easily, readily distorting the truth. Hence, the words of the late President of the Republic of South Vietnam Nguyen Van Thieu: "Do not believe the communists' words, but do believe their actions," similar to the common saying "actions speak louder than words." During the Vietnam War, a common story promoted by the communists told of a North Vietnamese pilot who hid in the clouds to ambush US jets. Even when the fuel tank on his plane was hit by bullets, he used his bare fingers to stop the leaking fuel, according to the story. That legend was so publicized in North Vietnam that the public naively believed it, including the well-educated Dr. Duong Thu Huong, who later admitted that she was blinded and brainwashed by the communist party.

During World War II, Joseph Goebbels, the Nazi Propaganda minister repeatedly said: "If you repeat a lie often enough, people will believe it, and you will even come to believe it yourself!" despite how he declared that "The Truth is stronger than the Lie."

Almost everyone has heard a version of the classic folktale, going something like this: one day long, long, ago, a peasant screamed in panic "there's a wolf!" at the market. Nobody believed him, knowing that there was no such thing because wolves are afraid of humans. Undisturbed, they continued as they were. A while later, another person announced again "there's a wolf!" but everybody still conducted business as usual. More time passed, and then a third person repeated that there was a wolf at the market. Finally, everybody stopped their work and sounded an alarm for everybody to chase away the wolf.

Not too long ago, we all remember former President Clinton's official statement: "I did not have sexual relations with that woman," telling the truth only through legal hair splitting.

The same case happened during WWII when the owner of the house that hid Anne Frank told the Gestapo that no Jews or other people who did not fit the Nazis' ideal Germany were living in his house. Or in the aftermath of the North Vietnamese communists' invasion of South Vietnam, countless homeowners hid South Vietnamese officials and soldiers, despite the fear of being found by the notoriously harsh police.

Long ago, Vietnamese folklore tells the story of four blind fortune tellers who describe an elephant based on what it feels like. Touching its leg, one describes a column; the ear becomes a fan; the tail, a broom; and the trunk, a big leech. None of the answers are correct and all are different but all represent the men's individual truth relative to what they felt.

During former President Trump's administration and the current post Trump era, fake news is abundant, and even photos cannot be believed because of the increasing prevalence of AI generated images. When presidential hopefuls campaign, their speeches can be taken out of context and manipulated into an opponent's weapon.

Even Hollywood cannot escape from the truth/lies: the renowned anchor Dan Rather was burnt in the movie "The Truth" (2015) for defending the use of a fake document of President W. Bush's military immunity. Another movie "Truth or Dare" (2017) asked: "What is the last lie you told?"

Another pop culture example is the story of the fisherman who bragged of angling a "huge" fish that managed to escape him!

History is written by the victors (Winston Churchill) or "La raison du plus fort est toujours la meilleure" (Jean de la Fontaine in Le Loup et l'Agneau, 1668), loosely translated as "The reason of the strongest is always the best." The victors will write history as they want, and not only that, future generations must learn their stories. We know very well that nowadays, the news is censored, such as the story of a Vietnamese Minister of Public Safety (Police) who ordered a steak laced with 24K gold by chef Salt Bae in London. The steak cost about 1,450 English pounds, although his monthly official salary is barely a tenth of that!

Once in a while a writer dares to tell the truth, but how and who can we trust? Even historical anthropologists or archeologists cannot always be believed because in their time, the artists earnings depended on the rich and powerful officials who could order any artifacts/ scultptures to be molded to fit their whims or desires.

Another aspect is how torture can affect the truth. Can or will someone subject to torture (like water boarding during the Gulf Wars) tell the truth? Lie detectors, although less barbaric, have only 80% to 90% accuracy, and truth serum drugs remain illegal. Gambling or drinking however, can reveal some things. Lisa Genova, in her book *Remember* (2021) states "even witness' memory can be distorted when recalls are faded," to say nothing of "truth" revealed during torture.

There is the saying "quote with books but justify with facts" but books cannot be completely trusted because it depends on the author's opinion only at the time, rendering the text faded over the years. Facts too, can be manipulated.

Shall we use the Gaussian curve or normal distribution in statistics to discuss the truth? Which confidence interval shall we use: 95% of 2 standard deviations or 99.7% for 3 standard deviations?

The truth and reliability of the fact checking website Snopes is disputed too.

The painting "Truth Coming Out of Her Well" by Jean-Léon Gérôme in 1896 depicts a 19th century legend, where the Truth and the Lie meet one day. The Lie says to the Truth: "It's a marvelous day today!" The Truth looks up to the sky, and the day indeed is really beautiful. They pass the time together, at last arriving beside a well. The Lie tells the Truth: "The water is very nice; let's take a bath together!" The Truth, still suspicious, tests the water and discovers it truly is very nice. The pair undresses and starts bathing. Suddenly, the Lie rushes out of the water, puts the Truth's clothes on, and runs away. The furious Truth rises out of the well and sprints to find the Lie and retrieve her clothes. The world, seeing the Truth naked, shuns her and turns its gaze away with contempt. The Truth, ashamed, returns to the well and disappears forever, hiding therein. Since then, the Lie travels around the world, dressed as the Truth, satisfying the world's wishes, because no one wants to see the bare, naked Truth, even if it is what they need.

Mark Twain once wrote: “A lie can travel halfway around the world while the Truth is still putting on its shoes.”

Every day we have to be on alert whenever an unknown number rings the phone or emails or texts, searching for someone to scam.

Recently, Sander van der Linden wrote the book *Foolproof: Why Misinformation Infects Our Minds and How to Build Immunity* (2023), discussing lies as super viruses which require us to develop and distribute a vaccine.

So where is the Truth? How to find it? Must we ask Diogenes to look for a man (Truth?) with his lantern during midday? It is easy to lose acquaintances, friends, and family. In conclusion, I like to return to the question, “what is the last lie you told?”

Duong Nguyen (2023)
“Let GOD be true but everyone else be a liar”
(The Bible)

Hoa anh đào

PHỎNG DỊCH BÀI

KÝ GIẢ PHIL McCOMBS

PHỎNG VẤN ĐẠI TÁ NGUYỄN DƯƠNG

NHÂN DỊP LỄ THĂNG CẤP ĐẠI TÁ (WASHINGTON POST: 11/11/1992)

VIỆT NAM: HÌNH ẢNH KHÓI MỜ VÀ KÝ ỨC CHÁY BỎNG

bởi Phil McCombs, ngày 11/11/1992

Món súp đó, bạn sẽ không bao giờ quên được. Vợ anh ấy, Hường, đem ra chúng tôi những bát súp đó, phở, nóng hổi và thơm ngon với các loại gia vị, bún gạo và những lát thịt bò mỏng tanh trong nước dùng, hơi nóng bốc lên như của cái nhiệt độ đặc biệt của Việt Nam, bụi cháy, mưa mùa đập vào mái tranh.

Nhưng đây là một buổi chiều Chủ nhật yên bình ở Bắc Virginia, và Đại tá Nguyễn Dương đang nghỉ ngơi tại nhà. Trên bàn có môt khay với nhiều quả hồng. Anh ấy đang mặc một áo len trắng cao cổ và đôi giầy lười. Thường thì anh ấy luôn rất gọn gàng khi mặc bộ quân phục của Lục quân Hoa kỳ, nhưng hôm nay anh ấy trông nhỏ con hơn, đơn giản hơn không giống như khi tôi nhớ anh ấy, 17 năm trước, đang chạy vội vã trên phi đạo tại Tân Sơn Nhất ở Saigon.

Bây giờ anh ấy đã trải qua hai cuộc chiến tranh, hai quân đội, hai khóa đào tạo y khoa, hai quốc gia, hai cuộc đời.

Một cựu chiến binh nhân đôi.

Khi anh ấy đến Tường kỷ niệm Chiến Tranh Việt nam (Vietnam Wall Memorial) ở Hoa Thịnh Đốn tháng trước, anh ấy nói: "Tôi đến đó như một cựu chiến binh, để suy tư, để chia sẻ những cảm xúc như của một cựu chiến binh bình thường. Nhưng những cựu binh sĩ ở đó nhìn tôi với một cặp mắt như không được thân thiện lắm hay là muốn đối nghịch với tôi. Tôi nhìn vào khuôn mặt họ không có cảm tình, họ không mở rộng cánh tay ra đón tiếp đồng đội. Nhưng tôi cũng là một cựu chiến binh như họ.

Dù đau đớn, anh ấy cũng hiểu.

Khi họ nhìn tôi, anh nói: "họ thấy một khuôn mặt người da vàng và nhớ lại mạnh mẽ những xúc động riêng tư mất mát của họ. Tôi không xem đó như là một đối phương cá nhân.. tôi thương họ cũng chỉ vì chiến tranh Việt nam không được có kết quả tốt và họ phải chịu đựng những phỉ nhục khi trở về Mỹ. Việc này hoàn toàn khác với những quân nhân trở về sau các thế chiến hay chiến tranh vùng Vịnh. Xếp của tôi, một Chỉ huy trưởng của một bệnh viện ở Tây Đức, cũng đã từng ở Việt nam, nói với tôi là họ đã phun nhổ vào ông ta và gọi ông ta là 'người giết trẻ em' khi ông ta hồi hương trở về Mỹ".

Anh ấy lắc đầu. Nụ cười thân thiện trên anh phai màu...

Việc ông Dương khóc là một điều rất khó khăn, anh ấy nói, vì đàn ông Việt nam thường được khuyên dặn là nên che giấu các cảm xúc riêng tư của họ. Vì vậy, thay vào đó, anh ấy thường mỉm cười, ngay cả khi phải đối phó với những nghịch cảnh tồi tệ nhất. Ban đầu, những tiếng cười hay các nụ mỉm cười làm tôi lo sợ, nhưng tôi hiểu rằng đó là nước mắt thì tất cả mọi thứ đều trở nên hợp lý.

"Chúng tôi thua cuộc", anh ấy nhớ lại "vì xã hội lúc đó dung túng sự tham những của những nhà cầm quyền ở Viêt nam và không có sự giúp đỡ của Quốc Hội Hoa kỳ. Các binh sĩ Hoa kỳ và Việt nam Cộng Hòa đã và đang chiến đấu những trận chiến đẫm máu nhưng khi họ nhìn về Saigon không xa vời thì dân chúng thờ ơ đang hưởng thụ với những thức ăn ngon và âm nhạc tuyệt vời".

Dương cười.

"Tôi đã trải qua một phần nào đó giống như vậy trong cuộc chiến tranh Vùng Vịnh mà tôi phải chịu đựng. Tôi rời bỏ Tây Đức để đến Vùng Vịnh mà không có lễ tiễn đưa. Lúc đó là mùa lễ Giáng sinh, với những ánh sáng đèn nhấp nháy cùng các cây thông Giáng sinh đã được trang trí và trên không gian khắp nơi văng vẳng tiếng nhạc - 'Đêm tĩnh lặng' - mà đây tôi sẽ đang đi vào một vùng không được xác định trước. Ở ngoài trại lính của tôi có vài người Đức đang đi biểu tình cầm biển bảng đề 'Không Đổ Máu Vì Dầu'. Đó là một cảm giác cô đơn".

Con đường tới Hoa kỳ.

Con gái út của Dương, Diễm, không gặp khó khăn khi bầy tỏ các cảm xúc.

Cô ấy đã gọi về nhà và kêu la khóc: "Tôi rất sợ!". Diễm, hiện đang học dự bị y tế tại Đại học Virginia, nói: "Vì tin tức đầy rẫy nguy hiểm của quân đội Iraq, nên tôi rất hoảng sợ. Chỉ sau khi cha tôi gọi điện thoại cho tôi, tôi mới thấy bớt sợ hãi".

Cô ấy bây giờ, giống như chị gái lớn của cô, Hồng, đang học trường Nha Khoa của Đại Học Harvard, với sự kết hợp đặc biệt giữa những nét mảnh mai về thể chất cộng với sắc sảo bên trong của các phụ nữ Việt nam (dường như là một sở hữu đặc biệt của các phụ nữ Việt nam). Anh trai của họ, Phi, đang ở giữa Đại học và Trường Luật, là một chàng trai cao lớn đội một mũ xoay ngược.

Khi tôi lần đầu gặp những đứa trẻ đó, tại phi trường Tân Sơn Nhất vào ngày đó, Diễm mới có 3 tuổi, và cha cô ôm cô trong tay khi chạy qua đường nhựa phi đạo ở phi trường từ xe buýt ra máy bay, Dương úp mặt vào bé Diễm để các Quân Cảnh Không quân Việt nam không nhận ra anh - một sĩ quan Không quân Việt nam Cộng hòa -. Chị vợ gái của Dương làm thư ký cho báo Washington Post tại Saigon, nơi tôi làm phóng viên. Lúc đó khi bạn đã muốn giúp một người ra khỏi Việt nam, thì bạn cố gắng giúp cả gia đình (trong trường hợp này có 23 người, tất cả những gì tôi cần làm là chỉ ghi tên họ vào danh sách các chuyến bay của Đại Sứ Quán Hoa Kỳ). Sáng hôm đó, tôi đưa Hường ra khỏi trung tâm thành phố, vượt qua các cổng chính có Quân Cảnh và lính gác lăm le với những khẩu M-16 như sẵn sàng nổ súng. Sau đó Hường đã theo chồng một cách thảnh thơi hơn với cô con gái Hồng, 7 tuổi và Phi, 6 tuổi. Tất cả đều lên máy bay và đến Hoa kỳ sau đó. 3 ngày sau đó –vào ngày 30 tháng Tư năm1975- quân đội Bắc Việt nam tràn vào chiếm Saigon.

"Bây giờ", Hồng nói, "tôi nhớ là khi tới máy bay, cha tôi rất căng thẳng. Sau đó tôi nhớ là khi nhận ra điều đó là rất nguy hiểm. Nếu họ bắt được cha tôi, tất cả sẽ kết thúc. Đó là bước đi đáng sợ nhất". Lúc đó, khi cô học về Chiến tranh Việt nam tại Đại học Maryland và dưới Giáo sư James Webb tại Trường Kennedy của Harvard, Hồng nói là lúc đó nếu cha của cô ta không vượt qua được hàng rào Quân Cảnh thì cuộc đời của cha cô ta sẽ kết thúc tại một trại tập trung tẩy não nào đó của cộng sản.

Một trong những anh em của Dương đã bị giam giữ tại một trại tẩy não suốt năm năm. "Anh ấy không có việc làm", Phi thắc mắc là sau khi thăm anh ấy ở California, "anh ấy ở một nước khác, không nói được ngôn ngữ nước đó mà anh ấy là người có hạnh phúc nhất trên thế giới!". Theo quan niệm của người Mỹ, anh ấy không có gì, nhưng trong thâm tâm riêng của anh ta anh ấy có đủ mọi thứ cần thiết: 3 bữa ăn mỗi ngày và anh không sợ gì cả khi anh ra khỏi cửa nhà.

Cuộc chiến cũ xen lẫn với cuộc chiến mới, Hồng tiếp tục: "Tôi nhớ là khi lên máy bay rất đông người, không có ghế ngồi, mọi người đều chật chội ngồi xuống sàn máy bay. Như là một trò chơi? Tôi không hiểu rằng là chúng ta sẽ không trở về nhà nữa. Sau đó, tôi nhớ lại trong cuộc chiến ở Vùng Vịnh (Gulf War), tôi có một giấc mơ: tôi nhỏ bé, ánh mặt trời mọc và tôi thức dậy, gà đang gáy. Tôi ra ban công (balcon) thấy ông ngoại của tôi đang đứng đó, hút thuốc. Chúng tôi chỉ đứng đó và nhìn mặt trời mọc, nghe tiếng súng nổ đâu đó cùng với tiếng gáy của nhiều con gà".

Ông ngoại của cô ta -Phạm Xuân Nguyên- qua đời vì một cú đột quỵ vài năm sau khi tới Mỹ. Ông ta đã từng là một Trung tá trong Quân Đội Việt nam Cộng Hoà và đã phục vụ cho Quân Đội Pháp trong chiến tranh Đông Dương lần thứ nhất. Tôi đã từng ghé qua và phỏng vấn ông, đặc biệt là vào những ngày cuối cùng. "Sài gòn, ngày 21 tháng 3.. ở đây có sự sợ hãi và phẫn nộ" ghi trong một bản tin ...khi ông ấy nghe thấy việc bỏ rơi Vùng Cao Nguyên, ông ấy bật khóc với cô thư ký của tôi nói là "ông ấy đã khóc là khi đất nước bị cắt chia đôi vào năm 1954".

Cô thư ký đó là Thúy, em vợ của Dương, đang làm chủ một hãng địa ốc ở Bắc Virginia. Cô ta và gia đình cô ta có trong danh sách đầu tiên nên cô ta đã được ra đi sớm nhất rồi.

Chưa đến một tuần sau, Dương và con cái của anh được di tản đầu tiên tới Guam, sau đó đến một trại tỵ nạn ở Arkansas. Họ chỉ có vài bộ quần áo và một trăm đô la nhưng họ có gia đình với nhau.

"Một người lính xuất sắc".

Dương sinh ra tại Hà nội vào năm 1943, là đứa con thứ chín trong 14 người con của gia đình. Cha ông ta là một công chức của Việt nam dưới chính quyền Pháp Bảo Hộ. Vào năm 1954, trước khi Việt nam bị cắt chia đôi theo Hiệp Định Genève, cha của Dương đã đem theo Dương vào Saigon. Phần còn lại của gia đình sẽ theo vào sau cùng với gần một triệu người tỵ nạn chạy trốn khỏi cộng sản ở phía Bắc. Sau đó Dương được cho đi học Trung Học tại một trường Pháp rồi được trúng tuyển vào Đại Học Y Khoa Saigon. Năm 1969 sau khi mãn khoá, Bác sĩ Dương được thuyên chuyển tới Sư Đoàn 9 Bộ Binh của Quân Đội Việt nam Cộng Hòa đóng tại đồng bằng sông Cửu Long. Khi Liên Minh Quân Đội Hoa Kỳ và Việt nam Cộng Hòa tấn công vào Căm Bốt vào mùa xuân Năm 1970 Dương có nhiệm vụ điều động và chữa trị binh lính của Sư Đoàn tại một trạm cứu thương ở tiền đồn "đôi khi kinh khủng, đôi khi đáng sợ". Thỉnh thoảng tôi cũng tham gia vào một cuộc tấn công, nhờ vì tôi làm Trung sĩ của Lục Quân Hoa Kỳ.

Dương gặp Phạm Bạch Hường tại một buổi nhẩy đầm vào giữa thập kỷ 60 và họ đã kết hôn vào năm 1968. May mắn với anh ta là cô ta sau đó trở thành tiếp viên phi hành cho hãng Hàng Không Việt nam, vì thế cô ta có thể ra vào dễ dàng qua các cổng kiểm soát tại phi trường. "Dương đã bảo tôi là nếu có dịp thì rời đi trước với các con (vì Dương còn ở trong Quân Đội) mà không phải lo lắng". Hường nhớ lại: "bởi vì sẽ có một giai đoạn trung lập trước khi đất nước sụp đổ. Nhưng tôi không nhìn thấy như vậy vì tôi đã ra Đà Nẵng và trông thấy mọi sự sụp đổ trước mắt của tôi". Hường nhận xét rất đúng và với sự quả quyết mạnh mẽ của các cô gái họ Phạm cô ta đã đòi cho tên chồng cô ta vào danh sách chuyến đi.

Lúc đó Dương đã gia nhập Không Quân VNCH và tốt nghiệp Khóa chuyên môn về Thần Kinh Tâm Trí rồi sau đó trở thành chuyên khoa Tâm Trí duy nhất của Không Quân VNCH: "Ai muốn được đem súng về nhà phải có giấy phép qua Khoa Thần Kinh Tâm Trí" anh ấy nhớ lại. "Tôi cũng phải điều trị các bệnh nhân nghiện ma túy hay mắc bệnh thần kinh". Cũng có trường hợp họ cố gắng đút lót tôi để tôi xác nhận họ bị điên để họ trốn khỏi nghĩa vụ quân sự". Tôi nói: "Không bao giờ"!. Đó là "Bẫy (catch) 22" lại một lần nữa.

Nhiều năm sau đó, khi Dương gia nhập Quân Đội Hoa kỳ khi đi trên máy bay quân sự ra tới chiến trường Vùng Vịnh, tuy rằng Dương cảm thấy an toàn nhưng một binh sĩ khai bị nhức đầu và muốn được chữa trị mặc dù tôi chỉ có một ống nghe mà thôi và máy đo áp lực máu. Ai cũng im lặng, lo âu, không trò chuyện gì cả. Vài lính khác thì lại cười một cách không thích hợp gì cả. Một số người khác thì quá sợ hãi, khi họ xuống máy bay thì họ khai nhiều bệnh khác nhau. Nhưng tôi biết rằng những điều đó sẽ xảy ra. Ngay khi đã đáp xuống mặt đất vị lính đau đầu đó vẫn cố gắng khai nhức đầu để trốn khỏi nhiệm vụ -than phiền và than phiền-

Ký ức đầu tiên của Dương ở Vịnh Ba Tư là tiếng gọi cầu kinh từ các tháp Hồi giáo.

Dương vô tình bỏ lỡ cuộc tấn công ngày đầu ở bãi sa mạc vì Sư Đoàn 1 Thiết giáp mà Dương là Y sĩ Trưởng, Sư Đoàn đã tấn công sớm hơn dự định. Lúc đó Dương đã bay về hậu cứ của Sư Đoàn để tiếp nhận lô kính bảo vệ mắt ngoài sa mạc. Khi trở về lại Sư đoàn đang ở tiền đồn thì máy bay trực thăng của Dương bị trục trặc máy phải đáp xuống giữa sa mạc khô quạnh để chờ một máy bay khác tới sửa chữa và hy vọng không bị quân đội địch Iraq xuất hiện trước. Nghe có vẻ dễ dàng nhưng nguy hiểm có thể xảy ra mà không tiên đoán được.

"Dương là một người lính xuất sắc"! Thiếu Tướng Ronald Griffith, Chỉ huy Trưởng Sư Đoàn 1 Thiết Giáp mà Dương được bổ nhiệm làm Y sĩ Trưởng Sư Đoàn năm 1989, tuyên bố khi ông ta điều động 23 ngàn binh sĩ tới Vùng Vịnh: "một y sĩ kỹ thuật giỏi, một lãnh đạo quan tâm... những phẩm chất mà tôi muốn tìm thấy ở các y sĩ xuất sắc nhất.. Khi chúng tôi di động tới vùng sa mạc Nam Á, anh ấy phải chịu trách nhiệm điều hành toàn bộ hỗ trợ y tế bao gồm việc di tản các thương binh và xác chết là điều mà tôi nghĩ là sẽ rất có thể xảy ra". Dương đã chuẩn bị cho số thương binh từ 5 đến 7 phần trăm –lên đến tới 1,600- nhưng sau các trận đánh tổn thất Sư Đoàn chỉ có 4 thương vong và 57 người bị thương.

Một vài tuần trước đây, tại một phòng họp của Bệnh Viện Cộng Đồng DeWitt ở Fort Belvoir, Dương được thăng cấp Đại Tá (20/10/1992). Nhiệm vụ hiện tại của Dương là chịu trách nhiệm về Y Khoa Phòng Ngừa và Y Tế Công Cộng cho phần lớn Quân Khu Thủ đô Hoa Thịnh Đốn.

Hường cũng có mặt ở đó cùng hai cô gái, Phi đang làm việc ở một sở khác không tới tham dự được. Đó là một buổi lễ thật đẹp. Có nhiều bạn bè và cộng sự viên của Dương. Một khúc thịt bò nướng có đầu bếp đứng sẵn để cắt.

Griffith nói trước, nhớ về cuộc chiến ở Việt nam... "cuộc xung đột đau đớn đó, với nhiều kỷ niệm cay đắng" và sự "khao khát mãnh liệt dường như tất cả các ai đã trải qua phần đất đó của thế giới đều muốn quay lại trở lại một ngày nào đó".

Một Trung tá đọc lệnh thăng cấp... "tình yêu nước, dũng cảm.."

Griffith và Hường ghim lon Đại tá màu bạc trên vai Dương.

Dương đặt một nụ hôn trên má của vợ.

Cuối cùng Dương đọc diễn văn, cám ơn các đồng đội, Hường "người đã chịu đựng rất nhiều khó khăn trong quá trình thuyên chuyển liên miên của một quân nhân nhất là trong cuộc chiến Vịnh Ba Tư... và cha mẹ yêu quý của tôi, đã qua đời trong giai đoạn khó khăn khi Saigon sụp đổ".

"Cám ơn Cậu Mợ, ước gì Cậu Mợ có mặt ở đây".

Khi Vận Mệnh Quyết Định

Họ sống ở Oklahoma, Maryland, tiểu bang Washington, Tây Đức, 16 năm với một cuộc sống di động của quân đội. Ban đầu con cái không muốn rời khỏi ra ngoại quốc nhưng sau đó cuối cùng chúng nó lại thích vì được tiếp xúc với nhiều văn hóa xã hội khác. Dương mới nhận được phòng ngủ tại một khách sạn Holiday Inn ở Dayton, Ohio, để tham gia một cuộc hội thảo về y khoa thì anh trông thấy trên TiVi báo rằng đơn vị của anh được lệnh ra Vùng Vịnh. Còn Hường sẽ ở Tây Đức một mình, các con lúc đó đang phân tán tại các trường Đại học khác nhau.

"Tôi nhận được lệnh ra mặt trận qua CNN", Dương nói đùa.

Là một người nhập ngũ như tôi, tôi có một câu hỏi trong lòng. Sau khi sống sót qua chiến tranh Đông Dương với sự sụp đổ của đất nước, tại sao anh ta lại gia nhập quân đội Hoa kỳ? Dương là một bác sĩ, đây là Mỹ, anh ta có thể kiếm được hàng triệu đô la?

Ban đầu Dương nói vì vợ anh muốn ở gần gia đình của vợ ở Washington và quân đội Hoa kỳ cho anh chọn nhiệm sở và đóng ở Aberdeen, Maryland. Sau đó anh chữa lại, anh ấy "muốn xem thế giới".

Rồi điều đó trở nên rõ ràng: việc kiếm hàng triệu đô la không quan trọng đối với anh. Anh là Phật tử, tin rằng định mệnh quyết định con người miễn rằng con người ta cố gắng sống cho đúng, đó là tất cả. "Tôi muốn duy trì thanh tịnh" anh nói nhẹ nhàng: "trong quân đội tôi điều trị bệnh nhân tôi mà tôi không phải lo họ có tiền hay không.. tôi cũng thích sống trong môi trường quân đội, có kỷ luật .."

Đôi khi kỷ luật đó cũng là một khó khăn. Ở giữa sa mạc Saudi Arabia, khi bình thường nhân dịp Tết cổ truyền Dương sẽ cùng ở với gia đình to hay nhỏ với nhau, nhưng nay ở giữa sa mạc: "Tôi lái chiếc Humvee của tôi lên một ngọn đồi cát cô đơn và nhìn lên bầu trời không mây. Bạn bè của tôi ở Mỹ đang cười khểnh là tôi ngu ngốc khi gia nhập quân đội Hoa kỳ. Họ đang nhảy đầm, uống rượu, ca nhạc linh đình nhân dịp Tết, còn tôi, hiện nay bị lạc trong một sa mạc nóng hổi với một môi trường khắc nghiệt 'không có bàn thờ, nhang thơm, không có các món ăn đặc biệt dịp Tết".

Trong lúc chúng tôi hồi tưởng, có một điều thú vị mà Dương muốn hỏi tôi: "À, thêm một điều". Dương nói: "trong mấy năm qua tôi muốn hỏi là anh đã làm gì với chiếc xe hơi của tôi? Anh còn nhớ không? Tôi đã đưa chìa khóa xe tôi cho anh ở phi trường Tân Sơn Nhất"?

Ôi, tôi không nhớ. Lúc đó có nhiều chuyện xảy ra.

Nguyễn Dương

2023

Mon Tour de France

Nguyễn Dương

Quand on parle du mois de juillet, on ne peut pas s'empêcher de penser au Tour de France, une course cycliste à travers la France, qui se termine aux environs de la fête Nationale de France, le 14 Juillet. On dit "Tour de France" mais à vrai dire, il y a des étapes en France et dans différents pays autour de l'Hexagone, des étapes qui ne sont pas forcément bien alignées géographiquement sur une ligne droite.

Ce circuit change tous les ans mais se termine toujours à Paris.

Cette année, 2022, les français regrettaient qu'il n'y ait que 2 coureurs français parmi les 10 finalistes, les autres venaient d'autre pays (le maillot jaune est revenu à un Danois nommé Jonas Vinegaard) ! Ce n'est pas étonnant, il n'y a pas si longtemps que Lance Armstrong portait le maillot jaune 7 fois (même si après, le titre lui avait été retiré pour cause de doping). Ce n'est plus l'époque de Louison Bobet (3 fois 1953, 1954 et 1955), Jacques Anquetil (4 fois 1961, 1962, 1963 et 1964) et Bernard Hinault (5 fois 1978, 1979, 1981, 1982 et 1985) qui ont rendu la France si fière. Tout ceci pour dire que le Tour de France de N. est juste des endroits que N. a visité.

Depuis le temps où N. était en short à l'école jusqu'au temps qu'il portait un pantalon aux lycées français tels que le Lycée Rollandes, Abert Sarrault, Chasseloup–Laubat devenu plus tard Lycée Jean Jacques Rousseau (JJR), N. avait reçu un lavage de cerveau. Il devait réciter par cœur le refrain "Nos Ancêtres sont des Gaulois" sinon c'étaient des gifles de la part d'une professeure sadique "Madame Bégat" (ceci était normal à l'époque de la France coloniale), de notre temps actuel, on appellerait cela "un comportement maltraitant". En effet, ce lavage de cerveau avait atteint son subconscient, et même s'il trouvait le traitement qui lui avait été infligé injuste, il était attiré par la France, sa culture, son histoire et surtout sa géographie. De par ce fait, N. connaissait par cœur les sites intéressants de la France. Du temps qu'il était à Saigon, ville de son cher pays: la République du Vietnam, N. avait toujours nourri l'espoir de visiter ces sites.

Un bouleversement a eu lieu dans sa vie en 1975, N. a pu aller aux États Unis d'Amérique et travailler en Allemagne de l'Ouest (Francfort, qui n'est qu'à 4 heures de route de Paris).

C'est pourquoi N. avait eu l'occasion d'aller très souvent en France. Des fois, profitant d'un weekend de 3 jours, N. emmenait son épouse et ses 3 enfants à Paris pour savourer les baguettes avec beurre et jambon ! Dans ce temps-là, comme il y allait très souvent, il pouvait conduire à Paris sans besoin d'un plan (il était jeune). À l'époque, à Paris, il y avait moins de monde, et moins de touristes). Maintenant N. ne me sent plus capable de le faire. La dernière fois que N. a visité Paris c'était en juillet dernier (2022).

Quand on parle de la France, il faut tout de suite parler de Paris la "ville lumière", "J'ai deux amours: mon pays et Paris" (chanson chantée par Joséphine Baker, Jacqueline Francois, Line Renaud, Tino Rossi et d'autres). On est attiré par la Seine romantique du film "Midnight in Paris" avec l'acteur Owen Wilson flânant le long des berges de la Seine, pensant à l'actrice Marion Cotillard. Ce fleuve qui a vu une baleine beluga, mammifère d'eau salé (La Manche) attirée dans cette eau douce ou peut-être attirée par une sirène française, pour hélas y mourir au mois d'août 2022.

Paris avec ses lieux hautement touristiques, comme Montmartre, Sacré Cœur, Notre Dame, le Tour Eiffel, l'Arc de Triomphe, les musées du Louvre et du Quai d'Orsay, les châteaux de Versailles et de Vaux le Vicomte, Les Invalides avec la tombe de Napoléon, imposant monument d'un grand intérêt historique, mais d'une froideur impressionnante ! Le Pont Neuf avec ses cadenas d'amour, et le triste endroit où la Princesse Diana a eu un accident mortel (où il y a maintenant une flamme en or de commémoration).

Un souvenir lui revenait de la première fois qu'il avait conduit à Paris: entrer dans la place de l'Arc de Triomphe était facile, mais pour en sortir, quelle galère! Il a du faire plusieurs fois le tour (quelle honte !), il fallait respecter la priorité de droite et il était entouré par beaucoup d'autres voitures. Ca lui rappelait un article au sujet d'un touriste revenant du Vietnam, vu le trafic énorme de deux roues, c'était si périlleux de traverser la rue qu'il avait loué un taxi pour traverser la rue!

Paris est encore réputé pour son défilé du 14 Juillet, le jour de la Fête Nationale. C'est un défilé annuel gigantesque qui a lieu aux Champs Élysées. N. n'a pas pu rater cet événement. Il a bien noté le passage des cuirassiers avec leurs casques pointus, recouverts d'une houppe de longs cheveux avec le bruit des sabots des chevaux sur le sol. Le plus remarquable était l'escadron des Légionnaires avec leur barbe mal taillée portant des tabliers taillés dans la peau de buffle comme des charcutiers prêts à charcuter, avec marteau et hache à la place de fusils. N. trouvait ca un peu bizarre.

N. n'avait pas oublié de visiter le tombeau du Général La Fayette au numéro 35 Rue de Picpus (Paris 12ème). Le Marquis était enterré près de 2 fosses communes où reposent les corps de plus de 1300 martyrs guillotinés à la Place du Trone (Juin- Juillet 1794).

N. remerciait aussi Dr. Trần Quang Lộc qui l'avait amené au restaurant Le Procope, le plus ancien restaurant à Paris (1686) avec des vestiges comme le casque de l'Empereur Napoléon (la légende raconte qu'une fois Napoléon n'avait pas d'argent pour payer le repas, et il décidait d'y laisser son casque en gage). Là, N. avait vu aussi la table où l'écrivain Voltaire avait travaillé. La Fontaine, Benjamin Franklin, Robespierre, le Président Thomas Jefferson, Victor Hugo et beaucoup d'autres personnages illustrés du monde entier avaient gouté aux plats de ce restaurant (dont lui-même !).

N. n'avait pas aussi oublié la visite au jardin de Giverny, à l'ouest des environs de Paris, jardin du peintre Claude Monet, célèbre grâce au tableau représentant le pont sur l'étang avec les iris.

Sur le trajet vers Allemagne partant de l'ouest-Paris, N. rendait souvent visite au Dr. Trương Ngọc Châu (médecin capitaine parachutiste, camarade de sa promo médicale) qui vivait à Reims (où les rois de France étaient couronnés). Dr. Châu lui avait généreusement invité à manger chez lui (Mme Châu était une excellente cuisinière). Une fois, N. et sa femme lui rendaient visite un 1er mai, quand sa femme avait reçu en souvenir un bouquet de muguet cueilli par Mme Châu dans son jardin. Dr. Châu les avait fait visité les "caves Taittinger et Veuve Clicquot" pour voir leurs illustres champagnes et il leur avait offert deux bouteilles de champagne. À Reims, N. et sa femme avaient fait la connaissance de Mr. Đinh Nhật Thắng, propriétaire d'un restaurant français. Il leur avait offert un très bon repas. Ces deux amis, Dr. Châu et Mr. Thắng ne sont plus en vie. Que ces chers amis Châu et Thắng reposent en paix.

Allant vers le nord, N. visitait la ville industrielle de Lille. Il y avait rendu visite à un copain (et sa famille) du lycée JJR, Nguyễn Tường Lộc.

N. s'était ensuite arrêté à la plage de Dunkerque là où Hitler s'est lourdement trompé en laissant s'enfuir vers l'Angleterre des milliers de soldats anglais et alliés. N. s'est aussi arrêté à Calais où il avait pris le ferry pour aller à Londres.

Poursuivant son voyage à l'ouest, N. s'était arrêté au Havre. Près de là, il avait visité les falaises d'Etretat. Puis, arrivé à Deauville, ville venteuse et des eaux froides, N. s'était arrêté à un "casino" mais comme il n'était pas super-fortuné, il n'avait pas voulu tenter sa chance. N. s'était arrêté à Honfleur, ville réputée pour l'exposition permanente des œuvres de Claude Monet et Eugène Boudin.

Plus à l'ouest, profitant de la marée basse, N. avait escaladé le Mont Saint-Michel. Quand il avait traversé la plage sablonneuse de la Manche, N. se souvenait du film où l'actrice Bo Derek en tenue d'Eve chevauchait sur cette plage (le film s'appelait « 10 »).

Petit à petit, N. se dirigeait vers Cherbourg et se souvenait de la belle Catherine Deneuve dans le film « Les Parapluies de Cherbourg ». Il cherchait l'endroit où le film avait été tourné (une épicière du coin lui avait raconté que l'on s'etait servi d'un arrosoir pour simuler la pluie lors du tournage de cette scène).

Bien sur, N. n'avait pas oublié les plages de Normandie, plages où les alliés avaient débarqué pendant la 2ème guerre mondiale (plages de débarquement de Utah, Omaha et Pointe du Hoc, où les soldats américains avaient du escalader les falaises pour se battre). En regardant une figurine représentant un soldat américain accroché par son parachute au toit de l'église Sainte-Mère-Église, N. se souvenait du film « The Longest Day » où l'acteur jouant cette scène avait le: regard effrayé quand il était accroché là-haut, regardant les acteurs jouant des soldats allemands en bas qui tiraient sur ses compagnons d'armes qui venaient d'atterrir avec leurs parachutes. Dans ce film, John Wayne jouait le rôle de Lt. Col.Benjamin Vandervoort, un lieutenant-colonel parachutiste.

N. avait également visité les cimetières des soldats américains inhumés à cet endroit: St. Laurent-sur-Mer ou Coleville-sur-Mer et le cimetière des soldats allemands à Cambrai (macabre et sinistre car il y a beaucoup de fosses communes et non des tombes individuelles comme dans les cimetières des alliés).

Continuant vers l'ouest, N. et sa femme avaient rendu visite au Professeur Nguyễn Hữu (Professeur Agrégé de Chirurgie et d'Anatomie, Faculté de Médecine, Université de Brest). Prof. Hữu et son épouse qui leur ont fait visités le port où se trouvaient les sous-marins U-2, une véritable forteresse.

Với GS Nguyễn Hữu và phu nhân cùng vợ Bạch Hường

N. avait également pus voir la rue de Siam, citée dans le poème de Jacques Prévert:

"Rappelle-toi, Barbara. Il pleuvait sans cesse sur Brest

Et je t'ai croisée Rue de Siam. Tu souriais,

Et moi je souriais de même,

Rappelle-toi, Barbara. Toi que je ne connaissais pas.

Toi qui ne me connaissais pas: Rappelle-toi."

Cette rue portait le nom « rue de Siam » car à l'époque du roi Louis XIV, en 1686, le roi de Thaïlande avait ordonné à un ambassadeur de son royaume de débarquer à Brest avec son entourage et un éléphant pour aller témoigner l'allégeance au roi Louis XIV.

Prof. Hữu avait amené N. jusqu'à la pointe de la langue du dragon Bretagne, ville nommée Camaret-sur-Mer (la Bretagne a la forme de la tête d'un dragon). Sur la route vers Camaret-sur-Mer, Prof. Hữu avait fait une plaisanterie coquine, il avait dit qu'il n'y avait plus de "Filles de Camaret". N. lui avait demandé si les "Filles de Camaret" étaient différentes des "Girl of Ipanema" (Brésil). Prof. Hữu lui racontait que dans le temps, Camaret-sur-Mer était un port où se croisaient beaucoup de marins, d'où l'existence de beaucoup de maisons closes avec ces "filles". De nos jours, Camaret-sur-Mer n'est plus un port militaire, et les "Filles de Camaret ont disparues!

Les Bretons vivent en Bretagne ; leurs ancêtres appartenaient à une tribu venant de la sud-ouest de la Grande Bretagne. C'est pourquoi sur la route on voit beaucoup de menhirs, comme ceux qu'on voit dans la région de Stonehenge en Angleterre. N. s'est aussi arrêté à la Pointe–de-Ben Hir. À cet endroit, lors de la 2ième Guerre Mondiale, les résistants français qui combattaient contre les allemands, avaient rejoint le groupe de la France Libre du Général de Gaulle et avaient embarqué clandestinement pour Angleterre. À cet endroit se trouve un énorme monument en pierre, la Croix de Lorraine (representant la France Libre du Général de Gaulle). Près de là se trouvent quelque blockhaus que les allemands avaient construit pour lutter contre le débarquement des soldats alliés.

En continuant doucement vers le sud, N. avait longé les bords de la Loire, visitait les châteaux des anciens rois de France, tels que le château de Chambord, le château de Chenonceau (que le roi Henri II avait fait construire pour sa dulcinée Diane de Poitiers), le château de Blois avec son escalier oblique...

Les châteaux sont tous remplis de portraits historiques des rois de France.

N. avait traversé Nantes doucement, la ville où sont produits les biscuits LU –Lefèvre Utile (de nos jours, LU a été racheté par le groupe Kraft Foods). N. se souvient toujours des biscuits LU de son enfance: il grignotait un par un les 52 « dents » du biscuit (qui représentaient les 52 semaines de l'année) et les 4 coins (représentant les 4 saisons).

Arrivé à Bordeaux, N. ne pouvait pas chasser de son esprit, la leçon qu'il avait reçue au lycée, sur la vendange. Les propriétaires des vignerons payaient des étudiants pour piétiner sur les grappes de raisin dans les cuves, pantalons retroussés.. (C'est écrit dans les livres, et l'on y croyait!).

Le long de la côte, plus au sud, N. avait escaladé la dune du Pilat (la plus grande dune d'Europe, mais rien à comparer avec le désert en Arabie Saoudite, désert que N. avait été « obligé de visiter »). Sur la dune de Pilat, il y a un petit vent frais et on y voit des beaux jeunes gens qui ne sont pas rigoureusement masqués comme au Moyen Orient ! Ensuite, N. s'était arrêté à la Baie d'Arcachon, lieu de la production des fameuses « huitres » que les français savourent à la Saint Sylvestre. Là se trouvent des filaos, si romantiques, comme à Phan Rang, Nha Trang, Đại Lãnh dans son pays.

Plus au sud, près de la frontière espagnole sur la côte atlantique, on arrive à Biarritz, ville où il y a beaucoup d' hortensias (hydrangea). La légende disait que les habitants de cette région voulaient gagner la faveur de la reine, Hortense de Beauharnais, mère de l'empereur Napoléon III, quand celui-ci y amenait beaucoup d'argent pour construire des belles résidences pour les fortunés qui fuyaient le froid du Nord. Une autre explication légendaire est que le nom « Hortensia » a été donné par la reine Joséphine Napoléon, à sa fille Hortense de Beauharnais pour la glorifier (l'histoire n'est pas vraie). Plustard, Hortense, deviendrait la reine de Hollande.

Près de Biarritz, se trouve Bayonne, ville basque réputée pour son jambon de Bayonne (à vrai dire, ce n'est pas si bon) et pour son chocolat.

Un peu plus à l'est, le long de la chaine pyrénéenne, N. avait retrouvé l'endroit où le général Roland, à l'arrière de l'armée de l'empereur Charlemagne, était passé. Il retournait en France après avoir infligé une bonne leçon aux Sarrasins (des musulmans). Par malchance, Roland était tombé dans un piège de ces musulmans qui prenaient leur revanche. Il était tué dans cette bataille de Roncevaux (778). N. s'allongeait sur l'herbe, à cet endroit, regardant le ciel et imaginait la tuerie horrible des barbares à l'égard des soldats de Roland. N. n'avait pas oublié « La chanson de Roland » qui est considérée comme la plus ancienne chanson militaire de la culture européenne. Il faudrait dire que lorsque N. cherchait l'endroit exact où se déroulait cette bataille, appelé le « Pas de Roland », il le trouvait drôle qu'il n'y avait pas un seul habitant de cette région qui avait pu répondre aux questions que N., un vietnamien pur sang, leur posaient au sujet de cet endroit historique. Ils répondaient tous par « je ne sais pas ».

Finalement, c'était dans une église près de là que N. avait trouvé la réponse. À cet endroit, le « Pas de Roland », la légende racontait que Roland et ses troupes arrivaient et étaient arrêtés par une énorme pierre qui bouchait leur passage. Roland, avec son épée nommée Durandal, avait percé un passage pour ses troupes.

Plus loin, vers le sud, N. arrivait à Marseille, la deuxième grande ville de France où l'hymne national, « La Marseillaise », a vu le jour. À Marseille, on trouve La Major Cathédrale, Palace Longchamp (Water Palace) qui valent certainement une visite. Du haut de la Cathédrale, on peut voir au loin l'ile Château d'If, décrit par Alexandre Dumas dans son livre « Le Comte de Monte-Cristo », histoire célèbre dont on avait tiré un film captivant. Marseille est aussi connue pour le plat nommé bouillabaisse marseillaise, une soupe de multiples poissons frais (et crevettes).

Près de là se trouve la zone marécageuse de la Camargue, seul endroit où les français ont pu faire cultiver du riz. On y trouve aussi des chevaux sauvages.

Un peu plus loin, à l'ouest, se trouve Avignon, la ville où dans le temps se trouvait la villégiature de quelques papes catholiques. N. était là à contempler le Pont d'Avignon (qui a perdu quelques tronçons) en pensant à la chanson « Sur le pont d'Avignon,

L'on y danse,

L'on y danse… »

qu'il avait entendu et chanté pendant son enfance.

Plus à l'ouest encore, c'est la côte d'Azur, avec la ville de St. Tropez, où vit l'actrice Brigitte Bardot, bien connue pour s'être montrée nue sur la plage.

N. avait aussi pris une semaine de vacances à Vence, invité par la famille de son gendre Dr. Michael Perales et ses parents. Vence est bien connue pour les champs de lavande bleues et parfumées. Ils étaient logés dans une verrière (glass house), une demeure somptueuse avec piscine qui donnait sur une crique où se côtoyaient plusieurs citronniers, oliviers et différent fleurs, parmi eux les rosiers, et les pieds de lavande pleins de parfum.

Cette maison de vacances est située sur une colline de plus de 10 kilomètres du village, donc assez pénible si on doit y aller à pied (quant à prendre la voiture, la route est sinueuse et étroite).

Malheureusement, N. ne sentait pas bien et était obligé de rester dans cette villa majestueuse. N. se résignait à passer le temps à la piscine!

Le long de la côte d'Azur, N. avait visité Grasse où on produit des parfums réputés dans le monde entier.

N. avait entendu des rumeurs cocasses disant que ses usines cherchaient à recruter des « nez » pour sentir les effluves des aisselles des dames. Est-ce que cela pouvait être vrai ? (En tout cas, Ce n'est surement pas pour N., même si ce sont des jolies françaises!).

Bien sur, N. avait visité Nice et s'était arrêté à l'hôtel Negresco, il avait marché le long de la Promenade des Anglais. N. ne trouvait pas la plage de galets très agréable. Ensuite, N. avait visité Cannes, où a lieu tous les ans le Festival de Cannes. Il avait loué un transat pour s'allonger sure cette plage pour admirer ces starlettes qui montrent bien leur poitrine nue pour être photographiée par les paparazzis, espérant pouvoir attirer le regard d'un éventuel réalisateur en vue d'un rôle dans un film qui pouvait les render célèbres.

Près de là se trouve la principauté de Monaco. N. avait assisté au défile quotidien à midi, des gardes du royaume, tout de blanc vêtus. Il avait pris la voiture pour monter les côtes sinueuses avec leurs virages serrés et il passait l'endroit où la princesse Grace de Monaco avait eu un accident mortel.

De là, allant vers le nord, N. avait pris le tunnel Mont Blanc. Le Mont Blanc est le plus haut Sommet d'Europe, dont l'image apparait sur la boite de lait concentré de Nestlé, un lait que les vietnamiens ont bien connu dans le temps.

Selon l'opinion de N, sur terre, il n'y a que deux cuisines réputées, la française et la chinoise.

En France, la cuisine plus connue est celle de Paul Bocuse. Du temps qu'il était en Allemagne, il y a des années (vers 1978), N. s'est amusé à faire une réservation pour sa famille, 3-4 semaines à l'avance dans le restaurant de Paul Bocuse à Lyon, une ville sur le Rhône. De ce temps-là, c'était assez cher, environ 100 dollars par personne. Avant d'entrer dans la sale de restauration, on devait passer par la cuisine où luisaient les poêles et casseroles.

N. y avait gouté leur « Poulet de Bresse » si connu, mais on ne lui avait apporté que des escalopes (N. pensait qu'après cela, on lui apporterait des cuisses, mais ô désespoir, on n'y a droit qu'aux escalopes). Puis venait le « soufflé de Pompidou » (le nom était pour flatter le Président de l'époque, Georges Pompidou). N. n'avait pas tellement apprécié ce « soufflé ». Le seul souvenir particulier de ce restaurant c'était que chaque client avait derrière lui un serveur pour lui servir: après chaque plat on changeait tout de suite l'assiette, couteau, fourchette et cuillère. Et comme les clients étaient obligés de porter un costume et cravate, N. n'était pas très à l'aise, sans tenir compte d'avoir toujours quelqu'un derrière son dos! Au milieu du repas, le chef Paul Bocuse passait dans le restaurant pour demander aux clients, « Ça va ? ».

Au nord de Lyon, N. s'était arrêté à Chamonix pour voir passer devant lui des gens bien accoutrés, la plupart était des jeunes qui étaient très en forme, portant leur skis en route pour les pistes. N. n'avait pas tellement aimé ce sport (sport qui amène souvent à des fractures).

Allant vers l'est, N. arrivait à ligne Maginot, là où l'armée française avait construit des tranchées pour résister aux allemands. Mais Hitler avait berné les français en envahissant par le nord, à travers la Belgique. Du coup, la ligne Maginot n'avait pas eu de succès et ne servait plus qu'à attirer des tourists épris de vestiges de guerre, des tranchées...

Près de là, se trouve la ville de Strasbourg et la région d'Alsace, qui passait alternativement aux mains des français et des allemands. Alsace est bien connue pour sa bière et ses maisons d'une architecture assez particulière.

En passant par là, N. s'était arrêté à Nancy et Verdun. Il avait visité l'ossuaire de Verdun (Douaumont Ossuary) où sont gardés les squelettes des soldats tués pendant la 1ère Guerre Mondiale.

Au centre de la France se trouve le Massif Central, des montagnes qui représentent le cœur de la France. N. devait explorer cette région, Vichy, qui fut un temps la capitale de la France quand les allemands occupaient toute la moitié nord de la France pendant la 2eme Guerre Mondiale. N. avait pris une voiture pour visiter Clermont-Ferrand, la ville natale des frères Michelin, nom connu pour les pneus de voitures mais aussi connu pour l'attribution des étoiles des restaurants (le top est « 4 étoiles » au Guide Michelin).

Après, N. s'était arrêté à Limoges, bien connu pour la fabrication de « porcelaine de Limoges ». Ensuite, N. avait passé pour deux nuits à la station thermale de Vichy, il y avait bu l'eau gazeuse Vichy et séjournait dans l'hôtel 4 étoiles « Vichy Célestins Spa Hôtel ».

Puis N. avait passé quelques nuits au « château de Nieuil » (5 étoiles, selon la publicité, mais N. en avait des doutes). Le roi François 1er avait dormi une nuit dans ce château après avoir chassé dans cette région. Cela n'avait rien d'extraordinaire, le château entouré d'un fossé rempli d'eau comme tous les châteaux, et une tour de garde qui a été transformée en chambre à coucher spéciale pour les touristes.

Les chambres ne portent pas de chiffres mais sont affublées des noms d'oiseaux: la mésange, la tourterelle (sorte de pigeon), le rossignol, etc.

N. avait toujours aimé le plat de pigeon rôti. Dans le temps, à Saigon, quand il avait de l'argent, il s'était offert un repas avec ce fameux pigeon rôti au restaurant Diamond situé rue de Trần Hưng Đạo à Chợ Lớn. Quand il avait vu sur la carte du restaurant du château de Nieuil (La Grange aux Oies) un plat de pigeon, N. y avait tout de suite fait une réservation. Le plat était assez bien (quoique moins bon que celui du restaurant Diamond) ; N. n'avait pas pu résister de commander cette entrée deux fois!

Quant à l'histoire, la France se vante d'avoir eu l'empereur Napoléon qui, à une certaine époque, avait conquis presque toute l'Europe. Ceci est pourquoi N. n'avait pas pu passer à côté de la Corse. Il y avait visité Ajaccio, le village natal de Napoléon et de son premier amour Désirée. Il avait aussi visité quelques plages corses (Bastia, Calvi...) et gouté le plat de sanglier, spécialité de cette région (ces sangliers se nourrissent de châtaignes, en abondance dans les forêts corses).

Ayant parlé de la Corse, N. pensait que cela aurait été une grosse manque de ne pas visiter l'ile de Tahiti (Papeete et Bora-Bora), même si cela n'appartient pas au même continent. On y trouve ces belles vahinés à la poitrine découverte, entourée d'un seul paréo, tellement envoutant que Paul Gauguin et Marlon Brando s'y ont attardés et y sont restés jusqu'à leur mort. (Le révolutionnaire vietnamien Kỳ Đồng est aussi mort à Tahiti, mais il y était emprisonné par les colons français).

Ainsi, après avoir vu les montagnes du Massif Central (stops au Puy de Dôme, un volcan éteint depuis longtemps), N. était fier d'avoir accompli un Tour de France à sa façon. Pour conclure, la France a vraiment des pains baguettes/ficelles et jambon, beurrés délicieux et N. n'a pas trouvé d'équivalent aux États Unis.

En conclusion, N. avait visité la région de Verdun-Nancy, avait traversé un village portant le nom « Regret », N. s'était dit, « Quelle ironie du sort », « Quelle triste sort » ; N. avait fait un Tour de France, le Tour du Monde en 19 jours, et s'était arrêté dans 49 sur les 50 états des États Unis d'Amérique, mais N. n'a pas pu le faire dans son lieu natal qui est le Viet Nam, si cher à son cœur.

Octobre 2022

Au fond de mon coeur, La France que j'ai tant aimée

Dr. Duong Nguyen

A Wedding in Scotland:

Men Wearing Kilts (With No Underwear)

Scotland is a country that is part of the United Kingdom (UK) located in the northern part of the island of Great Britain. Scotland used to be an independent kingdom until 1707 when it was united with the Kingdom of England and Northern Ireland to form the United Kingdom. Scotland's area is about one-third of the total area of Great Britain. Recently, the Scottish government has been trying to separate from the UK, but these efforts have not been successful (First Minister of Scotland Nicola Sturgeon, 2014-2023, DOB: 19 July 1970).

The capital of Scotland is Edinburgh, where two famous castles, Edinburgh Castle and Holyrood Palace, are located. The most populous city is Glasgow. Scotland is also famous for Loch Ness, where the legend of the Loch Ness Monster originates. Two of the most distinctive features of Scotland, in my opinion, are its music, particularly the bagpipes, which we often hear playing "Auld Lang Syne" (*Robert Burns, 1788*), and the traditional attire of men wearing kilts (without underwear). If you use the Internet and receive news from friends, you may have seen a picture of a group of Scottish officers and soldiers sitting for a photo with Queen Elizabeth II, with one man sitting next to the Queen, smiling proudly and showing off his kilt (*Colonel Simon West*). When asked whether Scottish men really wear underwear under their kilts, the answer is usually a secretive smile without confirmation or denial (Google: The Queen and Scottish Soldiers. About.com Urban (Legend).

N. flew to Edinburgh and took a taxi to The Balmoral hotel, he remembered to exchange his US dollars for British pounds (1 pound = 100 pence), as he had been informed that Scotland does not accept US dollars or Euros (1 dollar = 60-70 pence (singular penny), making 1 pound slightly more expensive than 1 Euro). The black taxis in Scotland look like small boxes, with the driver sitting on the right side and driving on the left side of the road. Scotland is known for its damp, cold, and rainy weather, and N. could not avoid being welcomed by the cold, windy rain.

When he arrived at the hotel, a bellboy came to greet him. In Scotland, the bellboy is not just any bellboy but a mature man dressed in Highland Dress, resembling the detective Sherlock Holmes from Conan Doyle's novels. He wears a beret called a "deerstalker cap" with a ribbon to tie under the chin (different from the baseball cap in the United States). He also wears a half-length cape called an "Inverness cape" without sleeves to protect against the rain and wind.

He does not wear trousers, but traditionally, a Highland Dress including a kilt (a skirt made of tartan fabric, meaning it has a bold crisscross pattern), a "sporran" (a pouch-like purse worn in front), a "sgian dubh" (a small knife tucked into the top of the kilt sock on the right or left side, depending on whether the wearer is right- or left-handed), and finally, "ghillies" or "ghillie brogues" (a type of shoe with holes for water drainage when walking on wet ground). He quickly ran out to provide an umbrella for N. and his wife and helped them into the hotel, as well as taking their luggage into the lobby for check-in. After settling into the room and resting for a while, N. took a shower in a bathroom decorated with pictures of Sean Connery - of Scottish descent - played James Bond, who was in a scene where he was seducing a woman in a very attractive bikini (as if checking if she had a weapon).

Afterwards, N. went to have his first dinner in Scotland at The Scotsman restaurant. The restaurant was classic and elegant: the tables and chairs were spacious and far apart, with a high ceiling adorned with many chandeliers. N. heard that Scottish beer was good, so he ordered a Guinness beer to try, only to later find out that it was not a Scottish beer but an Irish one (it should have been called beer from the Innis and Gunn brewery). A special dish in Scotland is "haggis," which is a type of sausage made from minced sheep's heart, lungs, liver, mixed with onions, oatmeal, and spices. N. thought that compared to German bratwurst, "haggis" was far behind in taste. The price was also quite expensive at $4.50 US dollars for a small bottle of water.

The next day, N. and his wife went to explore Edinburgh Castle. The castle was not far from the hotel, but because their feet were wet from the rain, N. decided to take a taxi, costing 16 pounds. Edinburgh Castle is where the Edinburgh Military Tattoo parade is held annually. N. visited the Queen's Crown Room, filled with diamonds that Queen Elizabeth II wore during her coronation in London. He also saw the Stone of Scone, which English kings and queens used during their coronation.

N. also visited the war prisoners' detention area between Scotland and England. Nearby, there is a big cannon called Mons Meg (15th century). The special feature is at a field nearby where a modern cannon is fired every day at exactly 1 o'clock, known as the "one o'clock gun" (except on Sundays, Easter, and Christmas). Tourists gathered around to watch the procedure of loading the cannon and firing it on time. The locals used the sound of the cannon to adjust their clocks.

After visiting the castle, N. walked back to the hotel from the castle, which was about a mile away, along the "Royal Mile." It was a street full of tourists, lined with houses selling souvenirs to tourists. Despite the strong wind and heavy rain, the locals strolled around as usual, accustomed to the weather. There was a place where three men and a woman were dressed in traditional hunter outfits, with birds of prey like hawks and large owls on leashes, for tourists to take pictures for a fee.

Occasionally, there was a Scotsman in a kilt playing the bagpipes, asking for money from tourists. There were also beggars sitting on the sidewalks, huddled in blankets, asking for money. The litter blew around, unlike in Switzerland, where everything is clean and tidy. In the evening, N. and his family dined at an Italian restaurant with Italian dishes. Waiters were very friendly in a European way, meaning they were ready to kiss both cheeks of female customers (if desired).

The next day, N. took a bus tour around Edinburgh, which was nothing particularly remarkable. The bus drove past the Scottish Parliament with its modern architecture resembling a row of bamboo trunks, the Scott Monument statue in memory of the writer Sir Walter Scott. N. also passed by the luxurious shopping district, the National Museum of History, the Museum of Arts, and the Holyrood Castle.

Rolls-Royce

That evening, N. and his family attended a pre-wedding party at a small, cozy pub with a distinctly British atmosphere: its difficult-to-understand accent, and filled with small, cramped tables and chairs. It was warm and cozy for both families to get to know each other, including the children and their friends, before the actual wedding.

The wedding day began with a morning taxi ride to Hopetoun Castle (built in the 17th century), located about 45 minutes (2 miles west of Edinburgh) from The Balmoral hotel. Hopetoun Castle sits on a spacious estate (150 acres) and looks grand, resembling in the TV show Downton Abbey, with a wide stone path leading to the main entrance.

The groom and four groomsmen arrived first to prepare for the ceremony. The bride arrived later in a Rolls-Royce with her father. The honeymoon reception room was long and cozy, with many decorated chairs adorned with white roses. A band of four musicians played the violin softly.

Hopetoun Castle

Relatives from both sides arrived and sat down, with the men in suits and the women in hats like English nobility. The groom's father, along with the groom and four groomsmen, stood waiting for the bride. The ceremony began with two pairs of the groom's relatives, aged 11 and 6, walking hand in hand, spreading white rose petals as they walked.

An Ave Maria song was played, and all the guests stood up, waiting for the bride, who entered in a graceful white dress, accompanied by her father. The bride's father led her up to meet the groom, where they exchanged vows and rings.

Afterwards, the wedding music played again as the newlyweds were led out of the room to another large lounge. The guests followed. There, cakes and champagne were served by attending ladies in uniforms.

At the same time, there was a family photo session with both families and the guests. N. took the opportunity to visit the rooms of the castle. There was nothing particularly unusual about them, with chandeliers, large flower vases, grand pianos, and many portrait paintings of important figures who lived in the castle in the past. The music from the main lounge could be heard echoing through the rooms, played by the four violinists.

Scotland bagpipe squad

Around four in the afternoon, the ceremony hostess (protocol) invited all the guests and the newlyweds to gather outside in front of the castle's main entrance for a group photo. White rose petals were thrown to create a joyful and fresh atmosphere. The photo was taken by four professional photographers. Suddenly, the special bagpipe sound of Scotland was heard. It was played by a Scottish squad in Highland Dress uniform, marching from a distance to the gathering area, under the command of a squad leader holding a short baton, giving commands for the squad.

The squad leader then turned to face the bride and groom, and sought permission from the newlyweds to start the performance. The bagpipes were played, along with two drums, performing traditional Scottish songs of welcome.

Then, two female dancers in traditional Scottish dresses and long stockings danced to the music of the band. The dance performance with Scottish music lasted for half an hour, after which the squad leader requested permission to end it.

The band marched in front of the guests and left the Hopetoun Castle Park to the tune of Colonel Bogey March from the movie The Bridge on the River Kwai. Fortunately, although the sky was overcast, there was no strong wind or rain, making the atmosphere comfortable and not cold for the bride and groom.

After the festivities at Hopetoun Castle, the guests slowly made their way back to The Balmoral Hotel to freshen up before the wedding reception. N. took the opportunity to take a nap to recharge before changing into a tuxedo for the evening.

The main dining room at The Balmoral Hotel was long, with a long table surrounded by chairs covered in white ribbon. Chandeliers hung from the ceiling, and there were many pots of white roses and sets of three candles on the table, creating a very elegant dining setting. On each table, there were teacups, saucers, and napkins arranged according to protocol, making the table look even more luxurious. Furthermore, before the meal, each guest was given a special box of sweets from Scotland and a small bottle of Scotch whisky.

Formal dining table

At the appointed time, the maitre d'hôtel, dressed in a red tuxedo similar to Mr. Carson in the TV series Downton Abbey, opened the dining room door and invited the guests to take their seats according to the seating plan. He then used a cane to tap on the floor to announce the upcoming proceedings.

Most of the male guests were in tuxedos, while the female guests from Scotland or England kept their hats on, giving the dining room a very grand appearance, similar to scenes from movies or pictures that N. had seen in important European royal events. Two rows of male and female waiters stood along the walls of the dining room, ready to change plates, serve food, and pour drinks for the guests.

After the appetizers and soup, the host tapped the cane to announce a few welcoming words from the bride's father, who briefly recounted the bride's life in the family and concluded with a few heartfelt words of regret (as he only had two daughters and no sons to carry on the family name).

Next was the main course, followed by the groom's father adding some humorous anecdotes to lighten the somewhat dull and formal atmosphere. Before dessert, it was the groom's turn to thank the relatives and friends for coming from afar to celebrate (most from the United States and London). As the groom was of Asian descent, he jokingly remarked that in recent days, the population of Asians in Edinburgh had multiplied (due to the large number of his relatives attending), where most Edinburgh locals rarely saw Asian visitors, especially during this cold season.

The final dining party ended, and the guests were invited to another room with a bar to continue drinking and chatting while waiting for the dining room to be transformed into a dance hall with a live band and a female singer performing contemporary songs. The dance began with the bride and groom dancing to a romantic song, followed by the bride dancing with her father and the groom dancing with the groom's mother, following traditional customs. Then, the guests filled the dance floor, dancing and enjoying themselves.

The next morning, the whole party woke up late and lazily went down to eat breakfast. N. stayed another day in Edinburgh, so he took the opportunity to visit Holyrood Castle, where there were many tragic and intriguing events, including the scandal of Queen Mary having an affair with her aspirant boyfriend who was killed by Mary's husband, Lord Darnley, out of jealousy, in a room with a mark indicating the spot of the dead body and the caption that David Rizzio, the lover of Mary, Queen of Scots, was stabbed 56 times (Murder of David Rizzio, Mary, Queen of Scots, 1561).

After finishing the tour of Holyrood Castle, N. and his wife took a leisurely walk back to the hotel (not far, just about a mile). Nearby, there is a high hill for hikers enthusiasts. Also nearby is the Scottish Parliament with its modern architecture (mentioned above). N. also did not forget to buy a bottle of Scotch whisky. Scotch whisky is very famous worldwide, and bottles are not advertised as Scotch whisky unless the whisky is produced in Scotland (similar to the sparkling wine which cannot be called champagne unless it is produced in the Champagne region of France).

That evening, N. and his wife, along with the bride and groom, went to dine at a famous restaurant that served pigeon (which reminded N. of roasted pigeon at the Diamond restaurant in the old days of South Vietnam). N. was disappointed because the pigeons were wild pigeons that had been hunted, so when N. was eating, he bit into a small lead pellet in the breast of the pigeon!

After eating, the weather was damp and chilly, with misty rain and cold wind, and the streetlights were dim, resembling the gloomy scene of a mystery that Sherlock Holmes would be investigating in the stories by Conan Doyle, particularly reminiscent of Scotland.

AULD LANG SYNE

Nguyen Duong 2024

Một Đám Cưới Ở Tô Cách Lan: Xứ Đàn Ông Mặc Váy (Không Quần Lót?)

Tô Cách Lan (TCL) hay Scotland là một quốc gia thuộc Vương quốc Liên Hiệp Anh (United Kingdom-UK) ở phía bắc của đảo Great Britain. TCL xưa kia là một nước vương quốc độc lập riêng biệt cho tới năm 1707 thì xát nhập với Hoàng gia Anh quốc (England) và nước Bắc Ái Nhĩ Lan (Northern Ireland) gọi chung là Vương quốc Liên Hiệp Anh, United Kingdom (UK). TCL diện tích bằng 1/3 diện tích đảo Great Britain. Gần đây chính phủ TCL rục rịch muốn tách rời ra khỏi UK nhưng không thành công (First Minister of Scotland Nicola Sturgeon, 2014-2023).

Thủ đô TCL là Edinburgh nơi có hai lâu đài nổi tiếng là lâu đài Edinburgh và Holyrood Palace. Thành phố đông dân cư nhất là Glasgow. TCL còn được nổi tiếng với hồ Loch Ness nơi có huyền thoại khủng long.

Theo tôi có hai điểm đặc biệt nhất của TCL là âm nhạc dùng bagpipe thổi kèn í o mà chúng ta thường được nghe nhất là bản Auld Lang Syne (Robert Burns 1788) hay Old long sine, Old times hay Long long ago. Điểm thứ hai là đàn ông TCL mặc áo truyền thống với váy (không có quần). Nếu chúng ta dùng Internet và được bạn bè gửi các tin tức thì có lẽ chúng ta cũng đã được xem hình một nhóm sĩ quan và lính người TCL ngồi chụp hình với Nữ hoàng Elizabeth 2 và trông thấy một anh chàng mỉm cười ngồi ngay cạnh Nữ hoàng rạng chân khoe của quý (Colonel Simon West). N. có hỏi dân TCL là thật sự đàn ông TCL mặc váy có mặc slip hay không thì được trả lời úp mở mỉm cười bí mật không xác nhận hay phủ nhận. (Google: The Queen and Scottish Soldiers. About.com Urban Legend) N. bay tới phi trường Edinburgh và lấy taxi ra khách sạn The Balmoral. N. không quên đổi tiền US ra British pounds (1 pound=100 pence) vì đã được báo trước là TCL sẽ không nhận US dollars và Euros (1 dollar= 60-70 pence (singular penny), như vậy 1 pound mắc hơn 1 Euro một tí.

Taxi màu đen trông như là một cái hộp nhỏ, tài xế ngồi lái xe bên phải và lái phía bên trái đường. TCL nổi tiếng là hay mưa phùn âm ẩm lạnh: N cũng không tránh được cảnh TCL đón tiếp với mưa lâm râm gió lạnh.

Tới khách sạn thì một bellboy ra đón tiếp ngay. Ở TCL không phải là một "chú" bellboy mà là một ông đứng tuổi ăn mặc Highland Dress giống như thám tử Sherlock Holmes trong các tiểu thuyết của Conan Doyle. Ông ta đội một mũ beret gọi là "deerstalker cap" có sợi băng (ribbon) để cột mảnh vải che tai (khác với baseball cap của Hoa kỳ). Ông ta có một áo chùm nửa người trên gọi tếu là "Inverness cape" che mưa gió không có ống tay.

Ông ta không mặc quần mà đóng bộ Highland Dress gồm có một kilt (váy dùng vải len kiểu tartan nghĩa là có vẽ gạch ô đậm ngang ngược), một "sporran" (túi như ví treo đằng trước), một "sgian dubh" (dao ngắn kẹp ở trong bít tất len ở chân bên phải hay bên trái tùy theo thuận tay phải hay trái) và cuối cùng đi giầy "ghillies" hay "ghillie brogues" (một loại giầy có lỗ để nước dễ thoát ra khi đi trên đất sũng nước -bog).

Ông ta chạy ra che dù cho N. và bà xã vào trong khách sạn lẫn đem hành lý vào trong lobby làm thủ tục ghi danh. Sau khi nhận phòng xong xuôi và tắm rửa nghỉ ngơi một lúc (phòng tắm có gắn hình Sean Connery -gốc TCL- đóng vai James Bond đang dựng ngược một cô đào mặc bikini rất hấp dẫn như là xem cô ta có dấu vũ khí hay không) thì N. đi ăn bữa cơm tối TCL đầu tiên ở tiệm The Scotsman. Tiệm ăn đó cổ điển sang trọng: bàn ghế cách xa nhau rộng rãi, trần nhà cao vút với nhiều bộ đèn chandeliers đồ xộ. N. nghe tiếng đồn là bia TCL ngon nên gọi uống thử Guinness beer hóa ra về sau mới biết đó không phải là bia TCL mà là Irish beer (đúng ra phải gọi bia của Innis and Gunn brewery). Món ăn đặc biệt TCL là "haggis" đó là một loại xúc xích dùng tim phổi gan cừu bầm trộn với hành, oatmeal và gia vị, nếu so với bratwurst của Đức quốc thì theo ý N. thì "haggis" thua xa. Giá cả cũng khá mắc $4.50 US $ một chai nước nhỏ.

Ngày hôm sau N. và bà xã đi khám phá lâu đài Edinburgh. Chính ra lâu đài đó không xa gì với khách sạn nhưng vì chân ướt chân ráo tới TCL nên N. gọi taxi tốn độ 16 pounds. Lâu đài Edinburgh là nơi mà có diễn hành Edinburgh Military Tatoo hàng năm, N. đi thăm phòng vương miện của Hoàng hậu TCL đầy kim cương mà Nữ hoàng Elizabeth 2 dùng đội vương miện đó khi làm Đại lễ Đăng quang ở Luân đôn. N. cũng xem cục đá Stone of Scone mà các vua chúa Anh quốc dùng khi nhận vương miện làm Vua hay Nữ Hoàng.

N. cũng ghé xem khu giam giữ tù binh chiến tranh giữa TCL và Anh quốc. Gần đó có khẩu súng cà nông to lớn gọi là Mons Meg (thế kỷ 15). Có cái đặc biệt là ở một sân gần đó có một khẩu đại bác tân thời được bắn mỗi ngày một phát đúng 1 giờ trưa gọi là "one o'clock gun" (trừ ngày Chủ nhật , lễ Phục sinh và lễ Giáng sinh). Du khách bu quanh khẩu đại bác đó để xem thủ tục cho đạn vào nòng và bắn đúng giờ.

Dân địa phương dùng lúc bắn đó để sửa lại đồng hồ cho đúng giờ.

Xem xong lâu đài thì N. đi dảo bộ từ lâu đài về khách sạn cách xa độ 1 dặm, được gọi là "Royal Mile". Đó là một khu đường đầy du khách bộ hành với nhiều nhà cửa bán hàng cho du khách. Vẫn có gió mạnh và mưa lấm tấm nhưng vì đó là chuyện thời tiết đương nhiên nên dân chúng "local" tản bộ như thường. Có một chỗ có ba người đàn ông và đàn bà mặc quần áo trang phục như thợ săn ngày xưa có nuôi chim săn bắn như diều hâu, cú to lớn có xích dưới chân cho du khách muốn chụp hình thì trả tiền.

Thỉnh thoảng lại có một chú TCL mặc Highland Dress váy đứng thổi bag pipe để xin tiền du khách. Lác đác cũng có hành khất ngồi ở vỉa hè co rúm trong chăn xin tiền. Rác rưới bay phất phơ không như là ở Thụy sĩ sạch sẽ tươm tất. Đến tối, gia đình N. ăn ở một tiệm Ý đại lợi với các món ăn Ý. Nhân viên hầu bàn rất thân thiện theo kiểu Âu châu nghĩa là sẵn sàng "mi" hai bên má nữ khách hàng (nếu muốn).

Hôm sau N. đi một bus tour quanh tỉnh Edinburgh cũng chả có gì lạ đặc sắc. Xe bus lái đi ngang qua Scottish Parliament với kiểu kiến trúc tân kỳ như dãy thân cây tre, tượng Scott Monument để tưởng nhớ văn hào Sir Walter Scott . Đó là tượng lớn nhất thế giới được xây để tưởng niệm cho một văn hào. Cũng được đi ngang qua khu mua bán sang trọng, National Museum History, Museum of Arts và Holyrood Castle.

Tối hôm đó N. và gia đình đi dự buổi tiệc tiền đám cưới ở một "pub" nho nhỏ với một không khí sặc mùi Anh quốc với giọng nói khó nghe hiểu, bàn ghế nho nhỏ chật chội nhưng ấm cúng để gia đình hai họ kể cả các cháu bé cùng bạn bè thân có dịp giới thiệu lẫn nhau trước khi làm đám cưới thật sự.

Ngày đám cưới sau đó bắt đầu bằng một buổi sáng đi bằng taxi ra lâu đài Hopetoun (xây hồi thế kỷ thứ 17) cách khách sạn The Balmoral độ 45 phút (độ 2 dặm về phía Tây của Edinburgh) . Lâu đài Hopetoun ở một khu đất rộng rãi (rộng 150 mẫu đất) nguy nga trông giống như Downton Abbey với một sỏi đá rất rộng đưa tới cửa chính.

Chú rể và bốn phù rể tới trước để sửa soạn lễ nghi. Cô dâu thì đi bằng xe Rolls Royce với bố cô dâu tới sau. Phòng làm lễ tân hôn dài ấm cúng với nhiều hàng ghế trang hoàng với bông hồng trắng. Một ban nhạc với bốn nhạc sĩ kéo đàn violon thánh thót.

Họ hàng hai bên lục tục tới ngồi, các liền ông đóng bộ complet còn các liền bà đội nón như các quý tộc Anh quốc. Bố chú rể cùng chú rể và bốn phù rể đứng chờ cô dâu tới. Buổi lễ bắt đầu với hai cặp cháu của chú rể cùng lứa tuổi 11 và 6 tuổi dắt nhau vừa đi vừa trải cánh hoa hồng trắng.

Bài hát Ave Maria nổi lên, các quan khách đều đứng dậy chờ cô dâu trong áo dài trắng thướt tha cùng bố cô dâu bước vào phòng lễ cưới. Bố cô dâu dẫn cô dâu lên phía trên nhập với chú rể làm lễ tuyên thệ với nhau lẫn trao đổi nhẫn cưới.

Sau đó nhạc cưới lại được đánh lên để đưa cặp tân hôn ra khỏi phòng sang một sảnh lounge lớn khác. Các quan khách lẽo đẽo theo sau. Ở đó bánh trái và rượu champagne được các cô cậu trong đồng phục tiếp viên đem ra mời khách ăn uống.

Cùng lúc đó có buổi chụp hình gia đình hai họ và các quan khách. N. trong dịp đó có thì giờ đi thăm viếng các phòng của lâu đài. Cũng chả có gì lạ cả với các đèn chandeliers, bồn cắm hoa to lớn, đàn grand piano và rất nhiều hình portrait vẽ các nhân vật quan trọng sống ở lâu đài này lúc trước.

Nhạc thính phòng văng vẳng truyền qua các phòng do ban nhạc bốn tay violin gảy đàn ở phòng lounge chính.

Khoảng bốn giờ chiều, cô chủ buổi lễ (protocol) mời tất cả các quan khách cùng cô dâu chú rể ra sân ngoài trước cửa chính của lâu đài tập họp chụp hình chung. Các cánh hoa hồng trắng được tung lên cho có vẻ vui vẻ tươi mát. Hình được bốn chuyên viên chụp hình chụp tứ tung. Bỗng nhiên tiếng kèn í o đặc biệt của TCL nổi lên. Đó là kèn do một trung đội TCL trong lễ phục Highland Dress đang đi đều diễn hành từ xa tới sân tập họp dưới quyền điều khiển bởi một trung đội trưởng cầm một cây gậy chỉ huy ngắn đưa lên đưa xuống đưa ngang đưa dọc ra lệnh cho trung đội đi đứng.

Viên trung đội trưởng đó sau đó quay mặt lại trình diện chào cô dâu và chú rể và xin mệnh lệnh của cặp uyên ương mới cưới để khởi sự cuộc trình diễn. Kèn í o được nổi lên cùng hai tiếng trống nhập nhình đánh các bản hát chào mừng của TCL. Sau đó có hai nữ vũ công cũng mặc váy và vớ dài truyền thống TCL ra trước đại đội mà nhẩy theo nhịp của ban nhạc.

Cuộc trình diễn nhẩy với âm nhạc TCL kéo dài độ nửa tiếng thì sau đó viên trung đội trưởng xin phép được chấm dứt. Đội quân nhạc đó quay vòng lại và diễn hành trước các quan khách để rời khỏi công viên lâu đài Hopetoun dưới điệu nhạc quân hành Colonel Bogey March trong phim The Bridge on the River Kwai. Cũng hên cho cô dâu chú rể là tuy rằng trời xám xịt nhưng đặc biệt không có gió mạnh hay mưa tạt nước thành ra không khí dễ chịu không lạnh.

Các quan khách sau đó từ từ dời khỏi lâu đài Hopetoun để trở về lại The Balmoral Hotel để sửa soạn trang điểm trở lại trước khi nhập tiệc chính thức của lễ cưới. N. cũng nhân dịp đó nằm tạm nghỉ "nap" một tí để lấy lại xí quách rồi đóng bộ tuxedo xuống phòng ăn.

Phòng ăn chính của The Balmoral Hotel là một phòng khá dài với một bàn dài có hai dẫy ghế bọc bải trắng với ribbon ở hai bên. Một dọc đèn chandeliers trên trần nhà cùng với nhiều chậu hoa hồng trắng và bộ ba ngọn nến được bày trên bàn ăn làm khung cảnh phòng ăn rất sang trọng. Trên bàn ly tách đĩa khăn ăn được bầy theo đúng protocol làm càng thịnh soạn hơn. Hơn nữa trước điã ăn mỗi quan khách lại được tặng một gói quà kẹo mật ngọt đặc biệt TCL cùng một chai rượu scotch nhỏ.

Đúng giờ tiệc người giới thiệu (maitre d'hotel) mặc smoking màu đỏ giống như ông Carson trong series truyền hình Downton Abbey mở cửa phòng ăn mời quan khách an tọa theo ghế ngồi có danh thiếp chỉ dẫn. Ông này sau đó dùng một cây gậy gõ cộc cộc báo tin các diễn tiến sắp tới.

Các nam quan khách phần nhiều đổi bộ áo ra thành tuxedo còn nữ quan khách người TCL hay Anh quốc thì vẫn giữ đội nón vào bàn ăn trông rất đài các như trong các phim hay hình mà N. được xem trong các buổi lễ quan trọng của các vua chúa Âu châu (các vị nữ da đen ở miền Nam Hoa kỳ thời nay cũng thích được đội mũ trưng diện trong các buổi tiếp tân quan trọng hay đi nhà thờ).

Hai hàng dài nam nữ tiếp viên đứng sát hai bên tường phòng ăn sẵn sàng thay đổi chén đĩa, các món ăn cùng châm rượu cho các quan khách.

Sau món ăn khai vị và súp thì người giới thiệu gõ cộc cộc báo tin bố cô dâu có vài lời chào mừng quan khách và kể vắn tắt cuộc đời cô dâu trong gia đình và kết luận với vài lời ngậm ngùi là tên họ gia đình ông ta tiếc phải chấm dứt (vì ông ta chỉ có hai cô con gái, mà không có con trai nối dõi).

Tiếp đó là món ăn chính, rồi đến lượt bố chú rể đọc diễn văn chêm vào vài câu chuyện tiếu lâm để cho bầu không khí bớt nhột nhạt thủ tục khô khan thành vui tươi. Trước khi ăn dessert thì tới lượt chú rể cám ơn các họ hàng bạn bè không quản ngại xa cách mà tới dự cho đông vui (phần nhiều từ Hoa kỳ và Luân đôn). Chú rể vì là gốc Á châu nên châm chọc một câu dí dỏm là mấy ngày nay tỷ lệ dân số da vàng của thành phố Edinburgh lên gấp bội (vì gia đình họ hàng của chú rể tới đông đảo) và phần nhiều dân Edinburgh là "local" rất ít khách Á châu tới thăm nhất là đang lúc mùa lạnh này.

Bữa tiệc ăn sau cùng được chấm dứt và quan khách được mời sang một phòng kế bên có bar rượu để tiếp tục uống rượu cùng cà kê dê ngỗng trò chuyện trong khi chờ đợi phòng ăn được thiết kế lại thành một phòng nhảy đầm có ban nhạc sống với một nữ ca sĩ hát những bản hát tân thời.

Mở đầu buổi nhảy là với cô dâu với chú rể nhảy một bài nhẹ nhàng thơ mộng, sau đó cô dâu nhảy với bố chú rể và bố cô dâu nhảy với mẹ chú rể theo như phong tục truyền thống. Sau đó các quan khách tràn đầy ra sàn nhảy nhót vui tươi.

Sáng hôm sau cả làng đều dậy trễ uể oải xuống ăn sáng. N. còn ở lại thêm một ngày ở Edinburgh nên lấy dịp đó đi thăm lâu đài Holyrood nơi có nhiều tình tiết oái ăm lẫn có án mạng như vụ Bà Hoàng hậu Mary ngoại tình với aspirant bạn trai bị chồng bà Mary tên là Lord Darnley giết vì ghen tuông ở một phòng có dấu chỉ chỗ xác chết lẫn chú thích là David Rizzio, người tình của bà Mary bị đâm 56 vết dao (Murder of David Rizzio, Mary, Queen of Scots, 1561).

Sau khi xem xong lâu đài Holyrood, N. và vợ đi tản bộ trở về khách sạn (không xa lắm độ một dặm mà thôi). Cạnh đó có một đồi cao cho các vị hâm mộ hiking đi thể thao. Cũng gần đó là Scottish Parliament với kiểu kiến trúc tân thời (đã kể trên). N. cũng không quên mua một chai rượu Scotch. Rượu Scotch whisky rất nổi tiếng trên thế giới, nay các chai rượu không được quảng cáo là Scotch whisky trừ khi rượu whisky đó được sản xuất ngay tại TCL (cũng như hiện nay không được gọi rượu hơi ngọt là champagne nếu rượu hơi ngọt đó không được sản xuất từ vùng Champagne ở bên Pháp).

Tối hôm đó N. và vợ cùng cô dâu chú rể đi ăn ở một nhà hàng nổi tiếng có bán chim bồ câu (lại "bị" nhớ tới bồ câu quay ở nhà hàng Diamond trong Chợ lớn thời Việt nam Cộng Hòa xa xưa). N. lại bị một thất vọng vì bồ câu ở đó là bồ câu rừng được săn bắn nên khi ăn N. cắn phải một cục đạn chì nhỏ (pellet) ở trong thịt ức con chim bồ câu!

Ăn xong trời tối ẩm xì xì, mưa phùn gió lạnh, đèn đường mù mờ giống như phong cảnh âm u án mạng mà thám tử Sherlock Holmes đang truy tầm thủ phạm trong các truyện của Conan Doyle rất đặc biệt Tô Cách Lan!

AULD LANG SYNE

Nguyễn Dương 2024

LỜI HAY Ý ĐẸP

Remember this:

- Be good, but not too good. A little naughty, but not too naughty. Say a prayer if you feel that way, say "Damn!" if it gives you consolation. *(Author unknown)*

- Be kind to the world. Always, if possible - yet if must be unkind, smash right and left, get it over with and forget it! *(Author unknown)*

- Smile, always smile, have a smile ready even though sometimes it hurts. Grab all the happiness you can - wherever and whenever you can- don't let even a wee bit slip past you. Live, above all, things live, don't simply exist. *(Author unknown)*

- Live your life so that at any hour you will be able to shake hands with yourself and try to accomplish at least one thing worthwhile each day. Then when your nights come you will be able to pull up the covers and say to yourself: "I HAVE DONE MY BEST" *(Author unknown)*

- "Chí lớn trong thiên hạ không đựng đầy hồ mắt giai nhân" *Phạm Thái (per Phạm Anh Dũng)*

- Cái tôi đáng ghét, The hateful I, Le Moi est Haìssable. (*Blaise Pascal*).

- Basic lesson in politics: "When contemplating an action which might be unpopular, do it quickly. Get it over with. Hesitation allows the issue to fester. The press grabs it, creates a controversy before the action, and certainly throws gasoline on the fire afterwards." (*The Partner, John Grisham, 1997, page 345*).

- Amour: Lorsque quelqu'une vous regarde et que ses yeux brillent comme des étoiles. (*Auteur inconnu*).

- "Tiền đẻ ra tiền, giàu lại giàu thêm
  Lãi nợ chồng chất, nghèo lại nghèo thêm. (*Ng Dg*).

- Love is like a bird, set it free. If it flies back to you, it's yours. If it does not come back, it was never meant to be. (*Author unknown*)

- "Pamela wasn't perfect; she was making the same mistakes many girls do when experimenting with their independence, their newfound power over men." (*Midnight in Peking: How the Murder of a young Englishwoman Haunted the Last Days of Old China, Paul French, page 225, 2012)*

- "To govern is to understand the weaknesses of the human heart. And to use such weakness to your own advantage. *(Author unknown)*

- Good liars look you in the eye and smile". *The Winter Palace. Eva Stachniak (2012)*

- "The palest ink is more reliable than the most powerful memory". (*Confucius - quoted by Heller McAlpin, 2013)*

- How to work a room: "The moment you walk in, you pick the most vulnerable, least powerful person and you talk to that person first and foremost". *Bill Clinton (according to J. Carville).*

- Stuck talking to a political enemy? You can never, ever go wrong saying nice things about people's children or grandchildren. "You can go as overboard as you want, and people are going to believe every word of it and like you for it." (*J. Carville*)

- Gémir, pleurer, prier est également lâche
  Fais énergiquement la longue et lourde tâche
  dans la voie où le sort a voulu t'appeler
  et puis comme moi, souffres et meurs sans parler. (*La Mort du Loup - Alfred de Vigny*)

- "?Cuando nos encontramos de nuevo, seras tu más bella que tu recuerdo?" (*Gabriel Marquez*) - (Khi gặp nhau lại, chắc gì em sẽ đẹp hơn là kỷ niệm của em? *Bùi Đông Triều*)

- "J'ai deux amours, mon pays et Paris" (*chanté par Jacqueline Francois, Line Reynaud, Tino Rossi...*)

- "Nụ cười là ký hiệu của sự đau khổ ... Đã vượt giai đoạn của nước mắt". *Hegel* (*Bùi Đông Triều, Con đường cái quan của Đệ tam Thế giới, 1992*)

- "Le chemin du coeur passe par l'estomac" (*Jean-Claude-Ronet*)

- "Seul les idiots ne changent pas!" (*Jean Paul Sartre*)

- "Làn thu thủy, nét xuân sơn
  Hoa ghen thua thắm, liễu hờn kém xanh" (*Nguyễn Du*)

- "Omne Ignotum Pro Magnifico" *Tacitus* - (thói đời, của gì càng che dấu lại càng nhiều cám dỗ *Bùi Đông Triều*)

- "Il faut épuiser le champ du possible! Que l'importance soit, non dans la chose regardée, mais dans le regard" *André Gide* - (Phải tận hưởng mọi khía cạnh của cuộc sống. Điều quan trọng không phải là vật dụng nhìn, mà chính là trong ánh mắt, *Bùi Đông Triều*)

- "Yêu một khắc để mang sầu trọn kiếp...
  Tình đã rời đi riêng mình tưởng tiếc..." (*Vũ Hoàng Chương*)

- "Centuries ago, a philosopher observed that there is nothing permanent except change" (*Nancy White, President Arlington Free Clinic News Spring 2023*)

- "Infectious Diseases is the only field of medicine where things keep getting worse" (Arturo Casadevall, MD, PhD (*Johns Hopkins Magazine JHSPH summer 2023*)

- "When the flower is open, the bee appears." *(Author unknown)*

- "The best way to destroy your enemies is to make them your friends." *(Author unknown)*

- "Every good deed will come back to you, and every bad thing you do will also come back to you." *(Author unknown)*

- Laugh, and the world laughs with you. Weep, and you weep alone. For the sad old earth must borrow its mirth. But has trouble enough of its owns. *(Ella Wheeler Wilcox)*

- Ships that pass in the night and speak each other in passing; only a signal shown and a distant voice in the darkness; so, on the ocean of life we pass and speak one another. Only a look and a voice then darkness again and a silence. (*H. W. Longfellow)*

- An archeologist is the best husband a woman can have, the older she gets, the more interest he is in her. (*Agatha Christie*)

- People need responsibility. They resist assuming it but they cannot get along without it. (*John Steinbeck)*

- When man thinks, God laughs. (*Jewish Proverb*)

- Once you have eliminated the impossible, whatever left, no matter how impossible, must be the truth. (*S. Holmes*)

- Experience is such a brutal teacher. But we learn. By God we learn! *(Author unknown)*

- The pain is now part of the happiness then. That's the deal! *(A. Hopkins as C.S. in Lewis Shadow Lands.)*

- I will not forget you.
  Everyday! *(Author unknown)* ("Message in a Bottle", film *with Kevin Costner*).

- Young lovers seek perfection. Old lovers learn the art of sewing shreds together. And of seeing beauty in the multiplicity of patches. *(Author unknown)*

- The hardest thing in the world to understand is the income tax. (*Albert Einstein)*

- Stop all the clocks, cut off the telephone. Prevent the dog from barking with a juicy bone. Silence the pianos with a muffled drum. Bring out the coffin, let the mourners come. *(Author unknown)*

- Let aeroplanes circle moaning overhead. Scribbling on the sky the message: He is Dead. Put crêpe bows round the white necks of the public doves. Let the traffic policemen wear black cotton gloves. He was my North, my South, my East and West.

- My working week and my Sunday rest. My noon, my midnight, my talk, my song, I thought that love would last forever. I was wrong, the stars are not wanted now put out everyone. Pack up the moon and dismantle the sun. Pour away the ocean and sweep up the wood. For nothing now can ever come to any good. (*W.H. Auden)*

- Important principles may and must be inflexible. (*Abraham Lincoln*.)

- The right to be left alone is the right must be valued by civilized men. (*Louis Brandeis)*

- Love your neighbor, but don't pull down your hedge. (*Benjamin Franklin*)

- When a man sits with a pretty girl for an hour, it seems like a minute. But let him sit on hot stove for a minute and it's longer than any hour. (*Albert Einstein*)

- Daisy, Daisy, give me your answer do I am half-crazy all for the love of you. It won't be a stylist marriage. I cannot afford a carriage. But you'll look sweet upon the seat of a bicycle built for two. You are my sunshine, my only sunshine. You make me happy when skies are gray. You'll never know how much I love you. Please don't take my sunshine away. *(Author unknown)*

- When dealing with people, remember you are not dealing with creature of logic, but with creature of emotion. (*Dale Carnegie*)

- Tact: the ability to describe others as they see themselves. (*Abraham Lincoln*)

- The time to repair the roof is when the sun is shining. (*J.F.K.*)

- People do not die of little trifling colds. Pride and Prejudice. (*Jane Austen)*

- People always live forever when there is any annuity to be paid to them. Sense and Sensibility. (*Jane Austen*)

- They drank their anniversary glass. A silent moment passed. Then they kissed. She knows there's something in his mind. He'll tell her in due time what it is. He says

I've never built your mansion on a hill or warmed you in the Spanish sun. A simple blink of my eyes and think as years fly by of all the things we've never done. She smiles and takes his hands in hers and just says: "It just occurred!" To me how the thought that brings you such regret. What's happened yet. It makes me proud. *(Author unknown)*

- You never walked away when I need you to stay or made me feel I'm not the one. There've been no broken wows. And the reason we're here is all the things we've done. We've never grown apart. You never broke my heart with secrets that you've kept me from. We've never been untrue. Thought all the things we've done. *(Author unknown)*

- "He had no age, but you suspected that he had been born old, like a dwarfed Japanese pine tree and just got more beautifully guarded as the years went by". (*Vincent Price)*

- "Okie from Muskogee" song. (*Merle Haggard)*

- "All first kisses plant the possibility of more to come". (*Francisco Goldman*)

- 1. Think big
  2. Stay focus
  3. Be paranoid

  People are mean and vicious even your friend, if condition arises will take advantage of you, steal your wife. (*Donald Trump)*

- "Tout flatteur vit aux depens de celui qui l'écoute". (*Jean de La Fontaine*)

- "I would rather have a general who was lucky than the one who was good". (*Napoléon Bonaparte*)

- The Road Not Taken: "Two roads diverged in a wood, and I took the one less traveled by, and that made all the differences". (*Robert Frost*)

- "When something comes too easily, it often is not valued." (Author unknown)

- "For most of my working life, I was the youngest doing what I was doing. Then one day, I woke up and I was the oldest person in every room. Now that I have more days behind me than ahead of me, I try to wake up with a discipline of gratitude every day" (*Bill Clinton* on his 60th birthday 08/19/2006).

- Life is short
  Break the rules
  Forgive quickly
  Kiss slowly
  Love truly
  Laugh uncontrollably
  And never regret anything that made you smile (*Author unknown*)

- Hơn nửa cuộc đời dành nhiều cho sự nghiệp, cho gia đình con cái, bây giờ thời gian còn lại chẳng bao nhiêu nên dành cho chính mình, quan tâm bản thân sống thế nào cho thanh thản vui vẻ. Việc gì muốn thì làm, ai nói sao thì mặc kệ vì mình đâu phải sống để người khác thích hay không thích, nên sống thật với mình. Sống phải năng hoạt động nhưng đừng quá mức, ăn uống quá kiêng cữ thì không đủ chất bổ dưỡng, quá nhàn rỗi thì buồn tẻ, quá ồn ào thì khó chịu."(*Ẩn danh*)

Nguyễn Dương - *Tháng 3, 2024*

Hươu viếng thăm nhà

MỤC LỤC

Ngỗng trên bầu trời Florida

www.ingramcontent.com/pod-product-compliance
Lightning Source LLC
LaVergne TN
LVHW080048210926
848481LV00011B/3304
* 9 7 9 8 8 6 9 3 2 7 8 8 8 *